बाकी काही नाही

किरण वेताळ

#AnyoneCanPublish with
सकाळ प्रकाशन

Baki Kahi Nahi
Kiran Vetal, 2024

बाकी काही नाही
किरण वेताळ, २०२४

प्रथम आवृत्ती	: २७ जुलै २०२४
प्रकाशक	: सकाळ मीडिया प्रा. लि. ५१५, बुधवार पेठ, पुणे-४११ ००२
मुखपृष्ठ, मांडणी आणि मुद्रितशोधन	: सारद मजकूर, पुणे
मुद्रणस्थळ	: विकास प्रिंटिंग अँड कॅरिअर्स प्रा. लि. प्लॉट नं. ३२, एमआयडीसी, सातपूर, नाशिक
ISBN	: **978-81-975255-6-8**
अधिक माहितीसाठी	: ०२०-२४४० ५६७८ / ८८८८८४९०५० sakalprakashan@esakal.com

'बासरी' पुस्तकातून रसिक-वाचकांशी निर्माण झालेली छोटीशी ओळख अजून घट्ट करण्यासाठी मी आपल्यासमोर एका वेगळ्याच धाटणीच्या काव्यसंग्रहाचे पुष्प ठेवत आहे. गेल्या दोन वर्षांत विविध छंद जोपासताना भाषेचा अभ्यास करता आला, याचा खूप आनंद आहे. अर्थात, तो अभ्यास आयुष्यभर सुरूच राहील यात शंका नाही. मुक्त कवितेकडून वृत्तबद्ध कविता आणि पुढे गझल हा अतिशय सुंदर प्रवास करण्याची संधी मला साहित्याने दिली. हे पुस्तक जणू त्या प्रवासाचा एक भाग आहे. कवितेचे विविध प्रकार एकाच पुस्तकात हाताळण्याचा प्रामाणिक प्रयत्न तुम्हाला 'बाकी काही नाही' या काव्यसंग्रहात दिसेल.

मुक्त कविता, गणवृत्त कविता, मात्रावृत्त कविता, अभंग, अष्टाक्षरी, षडाक्षरीसारखे अष्टाक्षरी, ओळकाव्य, साखळी काव्य, सुनीत, लावणी, घनाक्षरी काव्य, फटका, गीत, गझल अशी कवितेची विविध सुगंधी फुले एकत्र घेऊन जी माळ गुंफली आहे, ती म्हणजे हे पुस्तक होय.

मराठी भाषेतील गझलप्रकाराची लोकप्रियता वाढलेली असतानाही मुक्त आणि वृत्तबद्ध कवितांनी त्यांचे वेगळेपण जपलेले आहे. चांगल्या कवितांना रसिक-वाचकांची मिळालेली दाद बरेच काही सांगून जाते. कदाचित म्हणूनच या पुस्तकात मी अनेक गझला घेतल्या असल्या, तरी कवितेचे सौंदर्य व्यक्त करणारे इतर काव्यप्रकारही तितक्याच प्रभावीपणे मांडण्याचा प्रयत्न केला आहे.

निसर्गात भटकण्याची आवड, ट्रेकिंग, सायकलिंग, पोहणे यासारखे छंद यातून साहित्याची गोडी जपताना खूप वेगळा आनंद मिळत असतो. कोणत्याही लेखनाला अध्यात्माचा झालेला स्पर्श त्या लेखनाला खूप उंचीवर नेऊन ठेवतो. गेल्या काही वर्षांत महाराष्ट्रातील अनेक जाणकार साहित्यिकांशी संपर्क आला. त्यांच्या मार्गदर्शनामुळे कविता अजून बहरली. माझ्या साहित्यप्रवासात मला गझल समजून सांगणारे नाशिक येथील सिनेकलाकार, गझलकार अजय बिरारी,

तसेच गझलतंत्र ते गझलीयत या महत्त्वाच्या टप्प्यात ज्येष्ठ गझलकार व गीतकार विजय जोशी (विजो) यांनी वेळोवेळी केलेले मार्गदर्शन मोलाचे ठरले. हेमंत श्रीपाद कुलकर्णींसारख्या अभ्यासू सहकाऱ्यांच्या सान्निध्यात खूप काही शिकता आले, याचा आनंद आहे. गेल्या दोन-तीन वर्षांत मी अनेक पुस्तके वाचली. वाचनाची आवड हे मनुष्याच्या जिवंतपणाचे लक्षण आहे. पाठीवर हात ठेवणारे आणि प्रेरणा देणारे अनेक साहित्यिक हेच माझे खरे पाठबळ आहे.

आई-वडील, पत्नी आणि मुलगा यांची प्रेरणा तर आहेच; पण त्यांची साथही तेवढीच महत्त्वाची आहे. समाजमाध्यमांवर सक्रिय झाल्यामुळे जनसंपर्क वाढलेला असला, तरी जो आनंद दर्दी रसिकांना प्रत्यक्ष कविता ऐकवण्यात आहे, तो वेगळाच असतो, असे माझे मत आहे. या पुस्तकाची आतुरतेने वाट पाहणारे माझे सहकारी, मित्र, आप्त या सर्वांचा मी तेवढाच ऋणी आहे. खरे तर कवीने त्याला जे बोलायचे आहे ते कवितेतूनच बोलावे, या मताचा मी आहे. त्यामुळे या पुस्तकातील सर्व कविता हेच माझे खरे मनोगत आहे, हे मी ठामपणे सांगू शकतो.

– किरण वेताळ

'बरंच काही बोलणाऱ्या संवादी कविता...'

आपली कविता ही आपल्या प्रेयसीसारखी सुंदर असते. तिला वस्त्रालंकार, आभूषणे यांनी सजवल्यावर ती अधिक सुंदर दिसते. असंच काहीसं वृत्तबद्ध कवितेबद्दल म्हणता येईल. एखादी आशयसंपन्न कविता वृत्तबद्धतेने सहज सुंदर लयीत लिहिली गेली, तर तिचं सौंदर्य अधिक उठून दिसतं. अशी आशयसौंदर्य आणि नादसौंदर्य घेऊन आलेली कविता आपल्या मनात आणि ओठांवर दीर्घकाळ रेंगाळत राहते. कवी किरण वेताळ यांच्या 'बाकी काही नाही' या संग्रहातील कविता वाचत असताना आपल्याला याचीच प्रचिती येते.

किरण वेताळ यांच्या या संग्रहात कवितेचे विविध प्रकार; त्याशिवाय विषय वैविध्यताही आपल्याला पाहायला मिळते आणि हे एका चांगल्या अभ्यासू कवीचं लक्षण आहे. अक्षरच्छंद, मात्रावृत्त, अक्षरगणवृत्त, गझल, मुक्तच्छंद अशा विविध छंदातील कवितांच्या छटा आपल्याला एकत्रितपणे आस्वादता येतात.

या संग्रहात दोन विभाग केलेले आहेत. 'किरणोत्सव' विभागात ५१ छंदोमय कविता, तर 'इर्शाद' विभागात ५० गझल रचना अशा एकूण १०१ कवितांची परडी कवी किरण वेताळ यांनी रसिकांना अर्पित केली आहे.

संकल्पांची करतो मोळी अनेकदा मी वर्षारंभी,

स्वप्नामध्ये जगतो थोडा भाव जागतो मनात दंभी

आयुष्याला लाविन म्हणतो शिस्त नेटकी ठरवून काही,

स्वच्छंदी तो स्वभाव त्यागून जगणे सोडत जातो शाही

आयुष्याला शिस्त लावत संकल्प साकार करत असतानाच स्वच्छंदी जीवन जगण्याबद्दलची भूमिका हा कवी 'वनहरिणी' वृत्तात लयबद्धतेने व्यक्त होताना दिसतो.

ऋतू यौवनाचा तुझी देहबोली

तुझ्या कुंतली ही झुले रात्र काळी,

तुला तेज भाळी खुल्या चांदण्यांचे

शहारे शहारे अशी तू न्हाहळी

निसर्ग आणि प्रेयसी यांची उत्तम सांगड घालत हा कवी यौवनाच्या ऋतूचे चपखल असे वर्णन 'भुजंगप्रयात' वृत्तामध्ये अप्रतिमपणे मांडताना दिसतो.

माथ्यावरची आठी अलगद पुसून गेली बहुधा,

कवितेमधली ओळ शहाणी सुचून गेली बहुधा

बांधावरुनी वाद पेटला भावांमध्ये सखख्या,

स्मशानात त्या राख पित्याची विझून गेली बहुधा

किंवा

हजार गणिते आयुष्याची चुकली होती,

नंतर मजला सुंदर कविता सुचली होती

सिग्नलवर तो विकतो आहे बालपणाला,

का सटवाई नशिबी त्याच्या निजली होती

कवी किरण वेताळ यांच्या गझल रचनांमधून असे एकापेक्षा एक सटीक गझलीयत असलेले शेर आपल्या मनाचा ठाव घेतात.

या संग्रहातील विविध रचना वाचल्यावर आपल्या एक लक्षात येतं की, या कवीला लयीचं भान उत्तम आहे. विविध वृत्तांवरची पकड छान आहे. त्यामुळे विविध वृत्तांमध्ये हा कवी सहजतेने वावरताना दिसतो. अध्यात्म, कुटुंब, समाज, निसर्ग, प्रेम, विद्रोह अशा विविध जाणिवा जपणाऱ्या रचना या संग्रहात आपल्याला आस्वादता येतात.

काव्यगुण, आशयसौंदर्य आणि नादसौंदर्य असलेली कविता ही उत्तम समजली जाते. या तिघांचाही विचार करता किरण वेताळ यांची कविता सकस आहे. अभ्यास, मनन, चिंतन आणि वाचन करून ती अधिकाधिक प्रगल्भ होत जाईल. साधारणपणे पाच ते सात कडव्यांची कविता ही आदर्श समजली जाते. कोणतीही कविता ही खूप दीर्घ झाली तर वाचक कंटाळतो आणि ती दुर्लक्षित

राहण्याचा धोका संभवतो. तसेच एखादी कविता खूप छोटी असेल तरीही संपूर्ण आशय पोहोचवणे कठीण होते. त्यामुळे तहान लागलेल्या माणसाला तहान भागेल एवढंच पाणी दिलं, तर त्याचं समाधान महत्तम असतं. तसंच कवितेचंही आहे.

'बासरी' या पहिल्या कवितासंग्रहानंतर 'बाकी काही नाही' हा आपला दुसरा प्रगल्भ असा कवितासंग्रह घेऊन कवी किरण वेताळ कवितेच्या प्रांगणात येत आहेत. आपल्याला या संग्रहातील कविता नक्कीच भावतील, आनंद देतील, यात शंका नाही. भविष्यातही त्यांच्याकडून अनेकानेक साहित्यकृतींची निर्मिती होईल आणि साहित्यसेवा घडेल. त्यांच्या कविता रसिकमनावर राज्य करो, या सदिच्छा.

या कवितासंग्रहाचं सुंदर असं मुखपृष्ठ, मांडणी आणि मुद्रितशोधन 'सारद मजकूर' यांनी केलं असून 'सकाळ प्रकाशना'तर्फे हा संग्रह प्रकाशित होत आहे. या सुंदर अशा कलाकृतीसाठी या सर्वांचे मनापासून आभार. तसेच कवी किरण वेताळ यांच्या या कवितासंग्रहाला आणि त्यांच्या भावी साहित्यिक वाटचालीला मी मनभरून शुभेच्छा देतो आणि तूर्तास थांबतो.
शुभंभवतु.

- आपला स्नेहांकित,
'विजो' (विजय जोशी)
(कवी, गझलकार, गीतकार, समीक्षक),
डोंबिवली
संपर्क : ९८९२७५२२४२

भाग २ – इर्शाद

शीर्षक - वृत्त

भाग १

किरणोत्सव

मोर

अंगणात या सहज एकदा कातरवेळी मोर फिरकला
ढग नसताना नाचत नाचत नाजुक देही उगा थिरकला

हर्ष कोणता झाला तुजला, मी ही पुसले कुतूहलाने
काय पिसारा फुलवित जाशी चंद्रासम तू कला कलाने

भास असावा तुझा भाबडा भरून आले जलद नभाचे
सारे मृगजळ आहे वेड्या जीवनगाणे तुम्हा खगाचे

पाय दुमडुनी त्याने उत्तर दिधले ऐसे मला पाहुनी
नाचत जावे मनात येता सृष्टीच्या या घरी राहुनी

हवा कशाला पाऊस आहे जगायला मज आनंदाने
कधी धुकेही अंगावरती घेत फिरावे गावे गाणे

कुंपण आहे तुझ्या घराला मोद कसा हा तुज भेटावा
क्षणभंगुर त्या दुःखामध्ये काळ असा का तू रेटावा

जगून बघ तू जीवन वेड्या कधी कोणत्या भासामध्ये
नकोस अडकू आयुष्याच्या फक्त मोजक्या श्वासामध्ये

त्या दिवशी हे गमक उमजले मज शांतीचे अन भ्रांतीचे
थोर नको मज मोर व्हायचे विचार रुजले हे क्रांतीचे

# अर्जुनविषाद

हातात गांडीव आहे तरी अर्जुनाच्या मनी दाट शंका किती
आज्ञा जरी देतसे श्रीहरी, संभ्रमी संभ्रमी कोणती ही भिती

हा कंप देहास का रे तुझ्या, नेमके दृष्य ते काय डोळा दिसे
योद्धा नसावा तुझ्यासारखा धोरणी या इथे काय झाले असे

तक्तास दावा कशाला करू, पार्थ आता रणी, सांगतो केशवा
हा कोणता धर्म आहे असा, कोणते कर्म मी, हे करू माधवा

काकाच सारे मला पूज्य ते, खेळ खांद्यावरी काल मी खेळलो
आता कसे हे धरू मी करी शस्त्र त्यांच्यावरी ज्या घरी वाढलो

आदर्श आहे मला भीष्म तो, द्रोण माझा गुरु सांग भांडू कसे
भ्राता म्हणावे असे आप्त हे, कोवळे रक्त मी आज सांडू कसे

हासून गालात पाडे खळी देवकीपुत्र तो सांगतो मर्म ते
योद्धा म्हणावा तुला मी कसा शस्त्र सोडून तू सोडले कर्म ते

त्या भूतकाळात जाऊन ये, द्रौपदीच्या मनी काय पाहून ये
अज्ञातवासात राहून ये, एकदा सत्य ते तू स्विकारून ये

तत्त्वे उगा तू नको बाळगू, कौरवांनी कुठे शब्द ते पाळले
लाक्षागृही ना तुला आठवे पांडवांना कसे कोंडुनी जाळले

या कौरवांचा खरा चेहरा क्रूर कर्मासवे आठवावा जरा
तोडून नाती जुने पाश हे रक्त रंगासवे ही भिजावी धरा

ना मारणारा तुझा तीर हा, झेलणारा नसे वक्ष त्यांचा जरी
प्रत्येक प्राणात माझाच हा अंश आहे जणू, सूक्ष्म मी अंतरी

सिंहासनाचा जरी मोह ना, धर्म आहे तुझा क्षत्रियाचा खरा
मी पांचजन्यास हा फुंकतो, शस्त्र हातात घे, तू करावी त्वरा

कवितेच्या होड्या

मळभ नभाचे
जरा दाटताना
सुचावी कविता
दुःख भेटताना

पाऊस शब्दांचा
बरसून जावा
गंध मातीचाही
इथे श्वास व्हावा

रिते रिते व्हावे
काव्य मांडताना
स्वतःशी उगाच
कधी भांडताना

लिहावी जखम
लेखणीने थोडी
त्याच कागदाची
बनवावी होडी

हासून पाण्यात
होडी सोडताना
दुःख घेते पाठी
काव्य वाहताना

निराशा मनाला
बिलगता वेड्या
सोडाव्या पाण्यात
कवितेच्या होड्या

 ## संधीप्रस्ताव

नृप द्वारकेचा दूत आज झाला
टाळण्यास युद्ध राजसभी आला

हे राज्य ठेवा करुनी एक काम
द्यावे पांडवां अवघे पंच ग्राम

सुयोधन सभेत त्या देई नारा
पंडुपुत्रासी येथ नसे थारा

उन्माद ऐसा भिडून गगनाला
संधिप्रस्ताव हा नसे मान्य त्याला

पद भूमीसही न पात्र ते होणे
असंभव तुजला पंच ग्राम देणे

जा निघोनी तू सांग पांडवांना
कुरुक्षेत्र खुले, न भय कौरवांना

रुचले जरी ना इतर कुणा काही
सभेत कुणी त्या बोललेच नाही

सभा त्याग करत मोरपीसधारी
निराश होतसे, फिरला माघारी

सुयोधन पडला रणी त्या भूवरी
वदे कृष्ण त्यास गंभीर तत्परी

विध्वंस झाला, सर्व पाहिला रे
दुर्योधना का गर्व वाहिला रे ?

 ## दार कर बंद रे

शोधायला भक्त खरा चल माझ्या संग रे
दगडी देवळाचे दार कर बंद रे .... ॥धृ॥

दगडाच्या देवा तुला काय सांगू राव
देवळात नाही जुना आता भक्ती भाव
चोर सुद्धा येती जिथे बनुनिया साव
दानपेटी वरी आहे पुजाऱ्याचे नाव
देवा समयीची ज्योत झाली मंद रे
दगडी देवळाचे दार कर बंद रे ॥१॥

शेतामध्ये राबताना त्याच्या मनी तू
सीमेवरी लढताना त्याच्या तनी तू
कृष्ण होत वावरतो रणांगणी तू
ओव्यातून वाहतोस मुखी जनी तू
तुला भटकायचा आहे जर छंद रे
दगडी देवळाचे दार कर बंद रे ॥२॥

भक्त रांगेतला म्हणे उघड दार देवा
गाभाऱ्यात तुला नाही ऐकू येत धावा
मुर्तीपुढे तुझ्या लाच, नैवेद्याचा दावा
लाभ दर्शनाचा तुझा धनिकांचे नावा
करुनिया जागा तुझ्या काळजाचा स्पंद रे
दगडी देवळाचे दार कर बंद रे ॥३॥

कूपमंडूक

पाहत कंपू समुहावर तो साहित्याला टाळ्या देतो
कूपामधल्या मंडुकापरी उड्या मारण्या धावत येतो
छान किती हे माझे आहे त्याच्यापेक्षा सांगत जातो
अवडंबर ते घेउन माथी गर्दीमध्ये नाचत जातो

अवती भवती गोळा होती मंडुक काही उगा रिकामे
याची खेचा त्याची खेचा फक्त एवढी ज्यांची कामे
परस्परांचा गौरव होतो पुरस्कार ते देउनी कैसे
विसरत नाही घ्यावयास ते त्याच्यासाठी सांगुन पैसे

स्पर्धेमध्ये बक्षीस नसता परीक्षकांना ठेउन नावे
एकच कविता सादर होते जिकडे तिकडे फिरून गावे
कधी न आली लिहिता ज्यांना चारोळीही अगदी साधी
अमुक कवी मी तमुक कवी मी स्वतःस देती उगा उपाधी

कुंपणातल्या किड्याप्रमाणे जन्मा आले आणिक गेले
कसे कळावे त्यांना मग त्या मुक्त जगाचे अमृत पेले
भरून घ्याया हवे हवे ते रित्या कराने जावे लागे
गोम कळाली आहे ज्याला तो प्रज्ञेच्या जातो मागे

शांतीने जो ऐकत जातो कोलाहल तो उभ्या जगाचा
आकाशाला सामील होतो कडा होउनी तृप्त ढगाचा
दृश्य जगाचे प्रेमळ दिसते चौकट लांघुन जाता जाता
आनंदे तो जगू लागतो मुग्ध भैरवी गाता गाता

 # गुलाब

कुठल्याशा रोपावर काट्यांमधून
गंधासवे बहरतोस हसत हसत...
किती आनंद देतो तू त्या बघणाऱ्या डोळ्यांना...
कसे काय जमते बुआ तुला ?

कधी एखाद्या ललनेच्या कुंतलांची शोभा वाढवतो,
तर कधी एखाद्या मूर्तीच्या चरणाशी पडून राहतो
त्याच्या एखाद्या निस्सीम भक्तासारखा...

तर कधी गुच्छातून शुभेच्छा देत भटकतो
वाढदिवसाच्या आणि सत्काराच्याही
अगदी निस्वार्थीपणे...

कधी पाकळ्यांची चादर पाण्यावर तरंगत ठेवतोस
कुणाच्या तरी स्वागतासाठी...
तिथे तरी कुठे दुःख असते तुझ्या नाजूक पाकळ्यांना
एकमेकांपासून विलग झाल्याचे...
प्रेमात, मैत्रीत, नात्यात, लग्नात आणि सत्कारातही जात असतो
तुझा बळी मनुष्याच्या क्षणिक आनंदासाठी
हे काय कमी असते म्हणून,
जीव सोडल्यानंतरही तेवढाच गोडवा ठेवतोस तू बरणीमधल्या
गुलकंदातही...
जमेल का रे मलाही असं तुझ्यासारखं जगायला ?

 # ऐक माणसा

ऐक माणसा तुला सांगतो आनंदाचा मार्ग खरा
मृगजळ साऱ्या जगात आहे मनात वसतो स्वर्ग बरा

क्षण सौख्याचा हवा तुला जर जाण स्वतःला कधीतरी
भार कशाचा घेउन फिरतो उगा नेहमी डोइवरी

सळसळणारे पान तरूचे, खळखळ वाहे गोड झरा
थेंब झेलुनी अंगावरती किती हासते स्थिर धरा

किलबिलाट तो पक्ष्यांचा अन् मोर नाचरा बघतो ना
सृष्टीमधल्या कणाकणातून देव निरागस हसतो ना

त्यागावा तो अहंभाव मग सूर जुळावे साऱ्यांशी
गूज करावे मनाप्रमाणे भिरभिरणाऱ्या वाऱ्याशी

नसे वेगळे ब्रह्म कुणाचे एकतत्व ते सृष्टीचे
कुणा गवसते कुणास नाही अंतर आहे दृष्टीचे

आध्यात्माची गोष्ट वेगळी सहज कुणाला कळली रे
रिपू भयानक लेवुनी बसला आणि जिंदगी जळली रे

आनंदाचा क्षण शोधाया जाग जरासा मनातुनी
भगवंताला मिठीत घे अन् सत्य जागू दे उरातुनी

# कर्ण कृष्ण संवाद

कर्ण-

किती शाप होते मला प्राक्तनाचे
किती आपल्यांच्या मनी द्वेष होते
असा काय होता गुन्हा संचिताचा
किती दुःख होते किती क्लेश होते

तुझा पार्थ होता अधर्मी रणी
तुझी साथ का त्यास हे सारथी
उरी शोक नाही मला मृत्युचा
कसा पूज्य तू, का करू आरती

कृष्ण -

तुरुंगातला जन्म माझा असे रे
नको शापितांचे तुझे दाखले
कसे वागणे कौरवांचे अधर्मी
तुझे हात त्यांच्यासवे माखले

तुझ्या त्या बलाचा तुझ्या धाडसाचा
मला गर्व कर्णा तुझा अंतरी
तुझी थोर कीर्ती युगांना स्मरावी
अशी आज वाटे मला खातरी

 वाणी

स्वर्णमृगाची मला लालसा वदली सीता रघुनाथाला
सहज लागली अशी जानकी दशाननाच्या का हाताला
गर्व रावणा झाला इतुका आवाहन रामाला दिधले
युद्धामध्ये श्रीरामाने लंकेच्या त्या भूपा वधले

सुयोधना त्या अंध म्हणाली कशी द्रौपदी हसता हसता
सैरंध्री ती बनून सेवा करू लागली उठता बसता
पंचग्रामही देत नसे तो वर कृष्णाला बोले जहरी
दुर्योधनास अद्दल घडली रणभूमीवर अंतिम प्रहरी

सहज एकदा वेद जयांनी रेड्याच्या त्या मुखी वदवले
विश्व प्रार्थना ज्ञानेशाची ज्या वाणीने संत घडवले
वाणीचा तो प्रभाव असतो समजून घ्यावे थोडे काही
जसे पेरले तसे उगवले नियम आणखी काही नाही

भेट दग्याची घेण्यासाठी कपटी अफजल आला होता
एक प्रतापी शूर शिवाजी पुरून त्याला उरला होता
दगडांच्या या राकट देशी स्वराज्य केले ज्यांनी मानी
वीरांची त्या स्तुती कराया सदैव माझी तत्पर वाणी

गोड असावी वाणी अपुली लोक निरंतर जोडायला
घडल्यानंतर सोपे नसते घडलेले ते खोडायाला
तीर जणू तो भात्यामध्ये अशीच असते मनुष्य वाणी
लिहित वेदना जाईन म्हणतो मला सुचाया सुरेल गाणी

 # संकल्प

संकल्पांची करतो मोळी अनेकदा मी वर्षारंभी
स्वप्नामध्ये जगतो थोडा भाव जागतो मनात दंभी
आयुष्याला लाविन म्हणतो शिस्त नेटकी ठरवुन काही
स्वच्छंदी तो स्वभाव त्यागुन जगणे सोडत जातो शाही

अर्धा बिर्धा मास तसाही संकल्पाचा पाढा गातो
उरला सुरला काळ उगा मग स्वतः स्वतःचे डोके खातो
मास संपता विसरत जातो संकल्पाचा जुना पिंजरा
मौजेमध्ये पुन्हा निसटतो स्वच्छंदी तो खरा चेहरा

जगता यावे मनाप्रमाणे पुरे एवढे समजत जाते
आयुष्याचे सारे कोडे आयुष्यातुन उमजत जाते
तरी असावा लगाम वेड्या सांगत जातो देव आतला
सत्कर्माशी होउन सलगी करून घ्यावे त्यास आपला

वाटत जावे सूख जगाला आणि करावी सेवा थोडी
बुडताना जर दिसला कोणी स्वत बनावे खुशाल होडी
शांतीचा तो शोधत रस्ता संकल्पाने जरी फिरावे
शुन्यामध्ये रमता रमता शून्य होऊनी तरी जगावे

 ## मनात माझ्या

तुझ्या बटांतून अवखळ वारा
छेदीत जातो सळसळ पाने
मनात माझ्या तुझ्या ओठींचे
अल्लड आणिक अचपळ गाणे

नदी वळावी कटी पाहुनी
ओठांवरती लाली नभाची
मनात माझ्या कवेत घ्यावी
मोहक मूर्ती तुझ्या तनाची

फिकेच पडती सागर येथे
इतुके चंचल नयनी पाणी
मनात माझ्या खोल आतवर
तुझ्या प्रीतीची अबोल वाणी

सुरेख बांधा घट्ट कंचुकी
पदर जरीचा त्यावर तारे
मनात माझ्या चुंबून घ्यावे
पाठीवरचे कोंदण प्यारे

घरा घरातून दर्प सुटावा
देह तुझा की आहे अत्तर
मनात माझ्या प्रश्न कितीसे
तूच त्यावरी होशी उत्तर

तुझ्या प्रीतीचा स्पर्श कोवळा
करी मजवरी जादू काळी
कुणी म्हणावे नशिबात या
मोह असावा तुझाच भाळी

गाभाऱ्यातील देव मनाचे
तुझ्या कांतीने उजळून जावे
मनात माझ्या जगता जगता
काव्य तुझ्यावर लिहून जावे

बाप काटेरी कुंपण

लेक खांद्यावर त्याच्या
अनवाणी चालताना
लेक आडोशाला त्याच्या
सूर्य आग ओकताना

लेक बापाची लाडकी
वस्त्र तिला भरजरी
बाप लावतो ठिगळे
पीळदार अंगभरी

लेक सासुरा चालली
सोडी माहेराची वाट
आठवतो सारा सारा
तिच्या बापाचा तो थाट

राखायला फूल एक
काटा होऊनी जगतो
दुःख उराशी घेवून
बाप एकटा रडतो

जग भयाण वणवा
बाप पर्जन्य शिंपण
कधी पदर मायेचा
कधी काटेरी कुंपण

मन तुझ्यात गुंतले

मन तुझ्यात गुंतले
असे फक्त म्हणायचे
रोज सुखाने जगाया
उगा वेडे बनायचे

तिला करुनिया टाटा
फूल दुसरीला द्यावे
छान छान सिनेमाला
मग तिसरीला न्यावे

चार मित्र एक कट्टा
जमवावा रोज मेळा
टाळायच्या मात्र नाही
ठरलेल्या सर्व वेळा

संध्याकाळी एकट्याने
जावे सागर किनारी
आठवत जावे किती
झाली आजची उधारी

घरी येऊनी पत्नीला
द्यावे सागर शिंपले
सोबतीला सांगायचे
मन तुझ्यात गुंतले

# तुझ्या इश्काचा भलताच तोरा

घेवून लाली गालावरती रंग उधळसी गोरा
तुझ्या इश्काचा भलताच तोरा,
तुझ्या इश्काचा भलताच तोरा ॥धृ॥

भार ज्वानीचा सांगे चोळी
ओठ म्हणू की साखर गोळी
गळ्याभोवती कुंतल सोने
 फिरे लुटाया सुरत भोळी

तुझ्या संगती चांद अधुरा दिसू लागला प्यारा…
तुझ्या इश्काचा भलताच तोरा,
तुझ्या इश्काचा भलताच तोरा ॥१॥

तुम्ही पाव्हणं यावं बैठकी
विडा ठेवते लाजून हाती
सोळा शिनगार तुमच्या पायी
पूनवच्या या मधाळ राती

तुम्हीच घ्यावी उब मिठीची सुसाट सुटलाय वारा….
तुझ्या इश्काचा भलताच तोरा,
तुझ्या इश्काचा भलताच तोरा ॥२॥

उंबरठा

तिच्या कपाळाला कुंकू
शोभे गोंदण हाताला
तिची खानदानी नथ
किती शोभते नाकाला

वेगळेच आहे परी
दुःख मनी तिच्या फार
आत हुंदके काहीसे
कधी नेत्रातून धार

पती गेला सीमेवर
देश राखतो सांगून
उंबरठा झाला सखा
जीव राहिला टांगून

रोज उंबऱ्यात उभी
चिठ्ठी येईल आशेने
अश्रू ढळता ढळता
डोळे बोलती भाषेने

तिचे उंबरठा होणे
बळ देते संसाराला
तेव्हा हुरूप त्यालाही
सीमेवरी लढण्याला

युद्ध थांबुनीया आता
सैनिकाने परतावे
तिच्या विरही गात्राने
मिलनाचे गीत गावे

 # देहात चांदणे फुलते

मज भास मिठीचा होतो, किनकिन कानी घुमते
तो स्पर्श तुझा आठवता देहात चांदणे फुलते ॥धृ॥

त्या सताड उघड्या दारी
हे तोरण सुकले आहे
मी फूल स्मृतीचे इतुके
गंधाविन जपले आहे
स्वप्नातून जगता जगता तू हात अचानक धरते ॥१॥

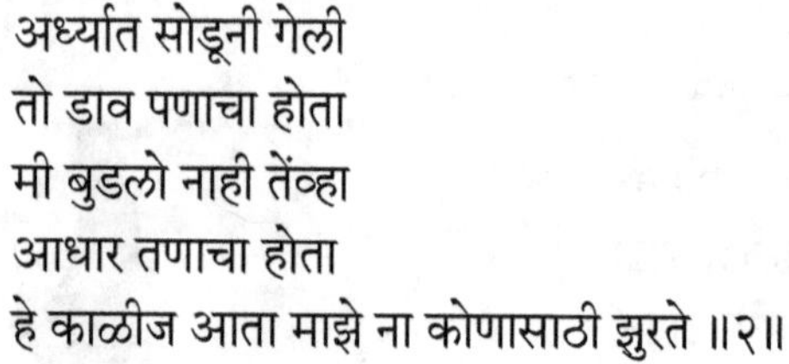

अध्यांत सोडूनी गेली
तो डाव पणाचा होता
मी बुडलो नाही तेंव्हा
आधार तणाचा होता
हे काळीज आता माझे ना कोणासाठी झुरते ॥२॥

तो घरात अवखळ वारा
नाचत नाचत येतो
संदेश अनामिक सारे
तुझेच वरवर देतो
कळून सारे काही अजून ना मज वळते ॥३॥

 ## जगणे तुझ्याचसाठी

आठवते का नाजूक ओठी चिटकत होती बोरे उष्टी
चिंचा कैऱ्या आणित होतो फक्त पडाया प्रेमळ दृष्टी

रस्त्यावरती हळू चालणे नजर ठेवुनी तिरकी पाठी
तुझे इशारे उमजत मी ही धावत होतो तुझ्याचसाठी

शाळेमधले जुने बाकडे नाव तुझे का त्यावर अजुनी
आठवणींचे रुजलेले ते बीज उगवते सरीत भिजुनी

लिहू न शकलो कधी भावना दिली तुला मी कोरी पाने
तरी कसे त्या डोळ्यांमध्ये नाचत होते अबोल गाणे

लाट अचानक निघून गेली माझी गात्रे भिजण्याआधी
समजू शकलो रीत कधी ना जरी जगाची होती साधी

पाण्यावरती भास फुकाचा नभात आहे खरे चांदणे
पटले होते मला तसेही उंबरठा तू दुजा लांघणे

सरकन गेला काळ परंतू गंध स्मृतींचा कसा घालवू
तुझ्याचसाठी जगणे माझे तुझ्याविना मी कसे आळवू

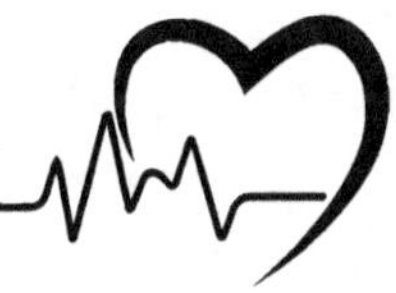

भेट

सजल नयन झाले पाहताना तुला मी
अधर अधिर होते पत्कराया गुलामी
भरभर कर माझे चुंबताना जराशी
थरथर मन हे का खेटताना उराशी

प्रहर उलटला तो पांघरोनी नभाला
अवखळ रजनी ही येतसे स्वागताला
सहज हसत तेंव्हा तू मिठी मारताना
नितळ दगड झालो प्रेम हे पेलताना

बिलगुन बस आता मागणे फार नाही
वचन शपथ मिथ्या अंतरी बोल काही
शितल पवन येई प्रेम हे पेटवाया
सृजन समय आला आपुली भेट व्हाया

 ## भान तू हरपूनी

ऐकना तू सखे हाय सांगू कसे
ती तुझी आठवण होत नाही जुनी
मैफिलीची कशी रोज ही मांडणी
वेड लावी जिवा ती तुझी ओढणी

पाठमोरी उभी शांत डोहावरी
एक वेणी तुझी मलमली साखळी
भान येते तुला थांबता बासरी
आज राधा अशी नांदते गोकुळी

चाळ पायी तुझ्या आज नाही परी
नादवाया पुरे पावलांचा ध्वनी
गात येते जणू राग तू मारवा
जागवाया मला मंद तान्यातुनी

एक तू सांग ना एक तू वाग ना
काय आहे तुझ्या नाचणाऱ्या मनी
तोड तू बंधने संपवाया दरी
एकदा ये घरी घर तुझे सोडुनी

साद घालू नको वाद घालू नको
बांध डोळ्यास मी घालतो साजनी
ओठ ओठातुनी धुंद स्पर्शातुनी
बिलग देहास या भान तू हरपुनी

जीवघेणी खळी

नसे गुलाबाचे ओठ, कुठे नाक चाफेकळी ?
तुझ्या सावळ्या गालात सखे जीवघेणी खळी ॥धृ॥

नाही नाजूक साजूक दोन हात राबणारे

कसे चंचल म्हणावे, नैन रात जागणारे

असे भाळावरी तेज की चांदण्यांचा सडा

किती मधाळ बोलणे जणू साखरेचा खडा

रानातल्या फुलामध्ये तू ग हासणारी कळी

तुझ्या सावळ्या गालात सखे जीवघेणी खळी ॥१॥

तुझे पाऊल बघुनी शेती शिवार फुलते

जशी चाहूल लागता, रातराणी ग खुलते

चार मण्यांचा दागिना पुरे गळ्यात डोरले

तुझ्या हाताची ती चव गोड लागते कारले

तप्त उन्हातली गोडी तू ग करवंदी जाळी

तुझ्या सावळ्या गालात सखे जीवघेणी खळी ॥२॥

किती जिभेला ग धार जशी तलवारी पाती

तुझ्या शब्दाचा तो मार घट्ट रोवतात नाती

कधी मनाचा रुसवा शेंडी नाकातून झुरे

उरे गालावर हसू , तुला शृंगार तो पुरे

तू बेभान ग वारा फिरे डोंगराचे घळी

तुझ्या सावळ्या गालात सखे जीवघेणी खळी ॥३॥

 # ऋतू यौवनाचा

ऋतू यौवनाचा तुझी देहबोली
तुझ्या कुंतली ही झुले रात्र काळी
तुला तेज भाळी खुल्या चांदण्यांचे
शहारे शहारे अशी तू नव्हाळी

नव्या त्या पहाटे मिठीतून काही
तुझे बोल येती जरासे मुक्याने
तुझा स्पर्श आहे तनाला असा की
जसे पांघरावे धरेला धुक्याने

कुठे या दवाचे लपेटून मोती
लता पर्ण डोकावते का गवाक्षी
नव्याने पहाटे पुन्हा जन्म घेतो
जुना सूर्य येथे तुझ्या त्या कटाक्षी

 # विठुराया

रापलेला बाप माझा, पेरलेलं रान देवा
नभातून आज दे तू पावसाचं दान देवा

भेगाळल्या भुईवरी थेंब नाचूदे ना सारे
डोईवर घेत मेघ वाहू दे ना शीत वारे

हळू सांग कानामध्ये कधी पाऊस येईल
नाम तुझे घेत बाप मला पंढरी नेईल

वारीमध्ये विठुराया भक्तासवे भिजतो ना?
बीज घेत काळजात मातीमध्ये रुजतो ना?

एका पावसाने इथे अश्रू जातील वाहून
कर समाधान माझे बाप आनंदी पाहून

पेरणीला आला नाही राखणीला येत जा तू
झोपडीत सोबतीने दोन घास खात जा तू

नाते तुझे नि माझे

नाते तुझे नि माझे सांगू नको कुणाला
हा भार राहु दे ना आयुष्यभर मनाला

माझ्या मनात जे जे घडले कधीच नाही
लिहितो म्हणून आता कविता तुझ्याच काही

येतात रोज अश्रू जगण्या पुन्हा नव्याने
स्मरतात रोज येथे त्या भावना थव्याने

आजन्म भोगतो मी आहे नकार वेडे
युध्दातले जणू मी उध्वस्त एक खेडे

माझ्या खुल्या मनाला समजावता न आले
आयुष्य एकट्याचे प्रारब्ध हाय झाले

 # नको आणू आज सखे

नको आणू आज सखे
सोबतीला चांदण्याला
राहू दे काळोख थोडा
लखख दिवे माळण्याला ॥धृ॥

काजव्यांचा ढीग जैसा
आठवांचा साचलेला
चमकुनी श्वास माझा
भास तुझा नाचलेला

धाव आता धाव आता
डाव मोठा मांडण्याला ॥१॥

वाजू दे डंका असा तो
होऊ दे ते गाव जागे
साद माझी ऐकताना
नको सारू पाय मागे

यौवनाचे तेच मोती
ये पुन्हा तू सांडण्याला ॥२॥

खरा खरा

आयुष्यावर लिहू जरा
एक धडा तो खरा खरा

सलणारी ती पत्र जुनी
फाडून टाकू टराटरा

प्रश्न विचारू स्वतःस तो
सगे बरे की मित्र बरा ?

स्वच्छंदी या जगण्याला
नयनी ठेवू प्रेम झरा

पंख लावुनी स्वप्नांचे
चला फिरुया दिगंतरा

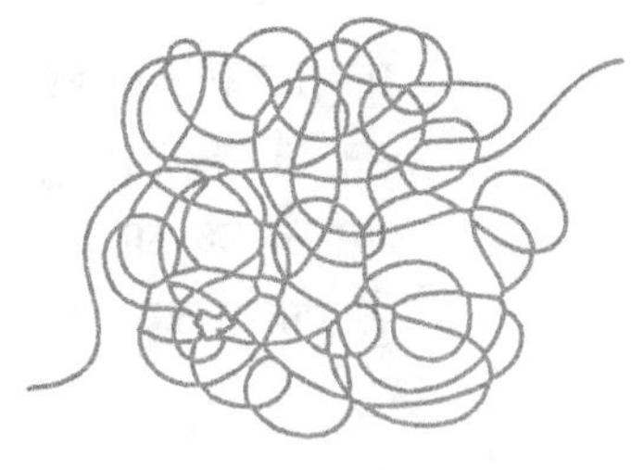

 # माझ्या शाळेची खिडकी

माझ्या शाळेची खिडकी
दावतसे नभापार
कधी झिम्माड पाऊस
कधी मेघ बैजवार

माझ्या शाळेची खिडकी
लक्ष पुस्तकात नाही
छडी हातावरी पडे
सुजतात बोटं दाही

माझ्या शाळेची खिडकी
डोकावते झाडावर
कधी पानगळ जुनी
कधी आंबा पाडावर

माझ्या शाळेची खिडकी
मन नेते तळ्यावर
भ्रमराचे लक्ष सारे
फुलणाऱ्या कळ्यावर

माझ्या शाळेची खिडकी
मन सुने सुने रडू
सोबतीला आज कशा
आठवणी गोड कडू

माझ्या शाळेची खिडकी
तिचा भास हवेतून
डोळे मिटून तिजला
फिरवावे कवेतून

माझ्या शाळेची खिडकी
वेळ थांबलेली जणू
माझा कृष्ण सोबतीला
तिथे वाजवितो वेणू

बिघडलेली सायकल घरीच ठेवून आजही ते पोरगं चालतच शाळेत पोहचलं,
घरच्या बिकट परिस्थितीशी केलेली
तडजोड त्याला अजिबात मान्य नव्हती,
आज स्वातंत्र्य दिन साजरा होणार होता.
रांगेतून त्याची नजर शाळेबाहेरच्या आवारात पडली.
दोन्ही बाजूला तीन काठ्यांचा कसाबसा आधार घेऊन
एका दोरीवरून डोंबाऱ्याची एक पोर
आपल्या आयुष्याचा
तोल सांभाळत चालत होती.
तिने तर तिच्या असलेल्या नसलेल्या
स्वातंत्र्याशी केव्हाच तडजोड केली होती.
तेही अगदीच आनंदाने.
त्याच्या अंगावरील सदऱ्याला बापाने तांब्या फिरवून केलेली इस्त्री
अजूनही कडकच होती.
जत्रेत आदळआपट करून
आईला घ्यायला लावलेली रबरी चप्पलही त्याच्या पायात होती;
पण त्याची नजर मात्र राहून राहून
त्याच दोरीवरच्या तडजोडीकडे खिळून राहिली.
स्पीकरवर गाणे सुरूच होते,
'आचंद्र सूर्य नांदो, स्वातंत्र्य भारताचे...'

 # मैत्री (साखळी काव्य)

मैत्री जगातील सुंदर नाते
नाते असते सुंदर मैत्री
मैत्री ज्याला कळली नाही
नाही सुखाची त्याला खात्री

खात्री जीवनाची कुणास नाही
नाही पाहिले भविष्य कोणी
कोणी कष्टाने राबत जगतो
जगतो कोणी खात टाळूचे लोणी

लोणी आवडे त्या कृष्णा
कृष्णा गोपिकांस आवडतो
आवडतो सुदाम्यास मग तो
तो सृष्टी सारी चालवतो

चालवतो तुझी स्पंदने खरी
खरी मैत्री तीच बघ सावरते
सावरते मित्रा ते जीवन मैत्री
मैत्री जगातील सुंदर नाते

 # वैशाख वणवा

उन्हे कोवळी पसार होता
माथ्यावरती सूर्य भडकतो
गळून पडता उदास पाने
उष्ण खोडकर वात धडकतो
वैशाखाच्या ऐन दुपारी
अंगाची ती होते लाही
म्हणता म्हणता सृष्टीच्या या
पेटत जाती दिशाच दाही
दूर पाहता जरा सावली
प्राणी पक्षी आश्रय घेती
आणि तृणावर किडे मकोडे
जीव आपुला मुठीत नेती
क्षितिजावरती वाफ बनाया
आटत जाते प्रेमळ सरिता
वैशाखाचा उगाच वणवा
कोण आणतो कोणाकरिता
कातरवेळी मात्र अचानक
उलगडते मज सारे कोडे
ग्रीष्मामध्ये झडती पाने
पुन्हा उगाया थोडे थोडे
वाफ जलाची होते म्हणुनी
मेघ नभावर खुशाल बसतो
चैतन्याची प्रभात येता
सूर्य फुलांच्या गाली हसतो

 # ज्योतीसम तू आली

ज्योतिबाचे लेवुनी कुंकू
ज्योतीसम तू आली
शिकवून लेकी ममतेने
तू माय माऊली झाली....

गाळ उडाला शिव्या लखोट्या
दांभिक निंदक जरी
ध्येयासक्ती तुझी निराळी
तू पुरून उरली खरी...

गुरू माऊली प्रखर तुझा हा
सती प्रथेशी लढा
हक्क जाणावे महिलांनीही
देवूनी जाशी धडा ....

जाण तुला ती साहित्याची
'काव्य फुले' तून दिसते
बसवत घर ते पुन्हा लेकीचे
विधवा दारी हसते ....

जनतेची ती करण्या सेवा
स्वतःच हरवून गेली
सावित्री ती माय माऊली
समाज बदलून गेली....

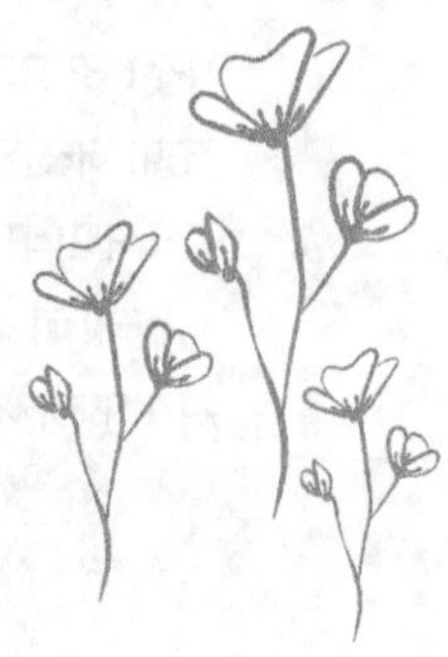

 पान (ओळकाव्य)

ओळखीचे पान आहे
कोपऱ्यात रद्दीतले
दोन अश्रू बंद तेथे
भावनांच्या गर्दीतले

कदंबाच्या वृक्षावरी
ओळखीचे पान आहे
आठवांची होत गर्दी
पेटलेले रान आहे

पंगतीला ओळखीचे
जरी फार लोक नाही
ओळखीचे पान आहे
फार काही शोक नाही

खेळ नाही नवा मज
गंजिफ्याची जाण आहे
कसा मी हारेन माझ्या
ओळखीचे पान आहे.....

 ## कळत न तुज कसे

झुलत गगन शितल पवन अधर अधर मुके
हरित गवत डुलत डुलत धवल धवल धुके

अधिर नयन करत मिलन मन उधळत रिते
उथळ उथळ अविरत जल खळ खळ खळ गिते

उडत उडत नभ भर खग महिरप तव दिसे
स्वगत करत मयुर हृदय फुलवत बघ पिसे

हलत डुलत तरुवर दल निखळ निखळ हसे
कमल सुमन तरल तरल जल उडवत वसे

सहज सहज भिडत नजर सुखद जिवन असे
सरल सरल जनन मरण कळत न तुज कसे

 ## मायमराठी

युगायुगांची अवखळ सरिता वाहत आली मायमराठी
दाट नभावर किरणांसम त्या उजळत आली मायमराठी ॥धृ॥

मावळतीच्या खोल सागरी तरंग उठवत ललाट रेषा
सह्याद्रीच्या उंच कड्यावर फडकत जाते माझी भाषा
लकब घेवुनी वेगवेगळी ओठांवरती सरकत जाते
कधी कोकणी कधी अहिराणी प्रांत पाहुनी बदलत जाते
या मातीचा गंध फुलांना आणिक लाली माय मराठी
दाट नभावर किरणांसम त्या उजळत आली मायमराठी ॥१॥

अभंग येथे तारी सरिता वेद बोलती मुकेच रेडे
शूर मावळे सात दौडती शत्रुवरी ते स्वराज्य वेडे
लाख संकटे झेलित गेला पाषाणी तो देश मराठी
छत्रपतींची सिंह गर्जना अस्मानी तो घोष मराठी
इथे भवानी तलवारीने तळपत गेली मायमराठी
दाट नभावर किरणांसम त्या उजळत आली मायमराठी ॥२॥

रूप मांडते कधी लावणी शृंगाराच्या खेळ पटावर
कधी धावते हळवी कविता क्षितिजाच्याही रंग छटेवर
भक्त जनांच्या वारीमधुनी विठ्ठल माझा चालत जातो
धर्म आपला पराक्रमाचा थाप डफावर शाहिर गातो
ब्रह्मांडाच्या सप्तसुरांची वधू नवेली मायमराठी
दाट नभावर किरणांसम त्या उजळत आली मायमराठी ॥३॥

 कर्मवीर भाऊराव पाटील

भाऊराव माझा । कष्टी होता फार ।
दृष्टी आरपार । भविष्याच्या ॥

शिक्षण मोलाचे । देऊ बहुजना ।
आवडे तो जना । कर्मवीर ॥

उभारल्या त्याने । गावोगावी शाळा ।
रूढींना तो आळा । घालोनिया ॥

कमवा व शिका । ठेवा स्वाभिमान ।
जीवनाची शान । बोल त्याचे ॥

रयत शिक्षण । नाव किती गोड ।
संस्थेलाही जोड । कीर्ती लाभे ॥

साथ देई पत्नी । थोर लक्ष्मीबाई ।
विद्यार्थ्यांची आई । बनोनिया ॥

अनिष्ट रूढींचा । करोनी विरोध ।
लावियला शोध । आनंदाचा ॥

चालविला ज्यांनी । फुलेंचा वारसा ।
दावला आरसा । समाजाला ॥

एक जात सारे । नको भेद भाव ।
रंक आणि राव । नसे कोणी ॥

हिमतीने केला । वटवृक्ष उभा ।
उंच उंच नभा । गवसणी ॥

हवे समाजाला । ऐसे सुधारक ।
विद्येचे तारक । युगे युगे ॥

 # तो आणि ती

तो आकाशाचा कोरा कागद
घेऊन फिरतो ढग दऊतांचे
पाऊस शाई बरसत बरसत
खेळ मांडतो नव सृजनांचे

ती वधू नवेली होऊन सजते
केवळ त्याच्या आभासाने
धरणीच्या त्या काळजातही
नवतरंग उठती उल्हासाने

नित्य प्रकाशी घेऊन तारा
वाट दावतो तो जगताला
कुशीत लपते प्रेम तिच्याही
कणाकणाला फुलावयाला

त्याला भेटून खग सारे का
स्थिर जलावर फिरुनी येती
तिच्या भावना त्याचे भाषण
इकडून तिकडे बहुधा नेती

क्षितिजावरती कधी अवेळी
मूक भेट ही तिची नि त्याची
भानूसव तो फिरतो मंडल
रोज उजळण्या अल्लड प्राची

मानवा आसक्त (सुनीत)

वीज एक कडाडून
कोण मारी नभी रेघ?
भान हरपुनी मेघ
येती नाचत कुठून?

वारा स्वार अश्वावर
काय शोधत फिरतो?
गंध मातीचा नाचतो
कसा त्याच्या तनभर?

देव निसर्गाचे रुप
कधी उमजेल तुला?
हवे सानिध्य हे खूप
आनंदाने जगायला

देणं निसर्गाचे मुक्त
करी मानवा आसक्त

 ## कवितेच्या जन्मासाठी...

पेरून घेतो कितीही पण सहजी उगवत नाही
मौनाची भाषा आता शब्दांना बघवत नाही
मौन लिहाया बघतो शब्दांतून थोडे थोडे
मी पुन्हा पुन्हा सोडवितो कवितेचे अलगद कोडे

ती ओळ नभातच असते मनात येण्याआधी
किरणासह वाहून येते लकेर घेऊन साधी
मनपटलाचा कागद कोरा रुधिराची होते शाई
कवितेच्या जन्मासाठी ही सृष्टी होते आई

मी निमित्त केवळ होतो शब्दांना मांडायाला
दवबिंदूचे ओले मोती कवितेतून सांडायाला
शृंगार नेटका करुनी ती निघते तिच्या प्रवासा
वाटेवर कवितेच्या त्या दरवळतो सुगंध हवासा

 # प्रतापी मावळे सात (घनाक्षरी)

बहलोल खान कोण
का बक्षिले त्याचे प्राण
ऐकुनी फुटावे कान
शिवरायांची वाणी

खान येई तो चालून
हेर जाताच बोलून
आग तळपायातून
ती ओकतो सेनानी

धरू मातीशी इमान
स्वराज्याचा हा सन्मान
करण्या पेटवू रान
बोलती अभिमानी

प्रतापी मावळे सात
घुसले शत्रू सैन्यात
परिणाम जरी ज्ञात
झुंजले खानदानी

 # मन चैतन्याची खाण

नाचणाऱ्या लाटासवे
जैसे सागरा उधाण
खोल खोल अंतरात
मन चैतन्याची खाण

मन आध्यात्माचा चक्षु
जणू आनंदाचा मळा
वारीमध्ये पावसाळी
मन विठ्ठल सावळा

मन चैतन्य चैतन्य
हृदयाच्या खात्यामध्ये
मन गोंधळ गोंधळ
तिच्या माझ्या नात्यामध्ये

मन डोहाची किनार
भिजलेली पाण्यामध्ये
मन तरंग तरंग
जीवनाच्या गाण्यामध्ये

राजगुरू

ताणून थांबला पिस्तूल, नेम धरुनी
शिवराम राजगुरू दूर झाडीत लपुनी
सँडर्सची ती फटफटी जशी दुरून आली
क्षणात गोळी त्याच्या छातीला भेदून गेली

ती पहिली गोळी ज्याने अचूक झाडली होती
राजगुरू नाव त्याचे जो महाराष्ट्राचा मोती
तव गोरा इंग्रज तेव्हा आडवा तिडवा पडला
त्या दिवशी देशाचा इतिहास अनोखा घडला

भगतसिंगास मात्र शंका हलकी होती
पिस्तूल रिकामे करुनी चाळण केली छाती
फत्ते केली त्यांनी मोहीम ऐसी मोठी
क्रांतिकारी जन्मले ऐसे भूमातेच्या पोटी

सशस्त्र लढ्याने झाली या स्वातंत्र्याची नांदी
सुखदेव-भगत-राजगुरू सेनेची एकेक फांदी
लालाचा वचपा घेती तरुण कोवळी पोरे
ते जीवन देशासाठी, आयुष्य पणाला सारे

स्फोटक घेऊन हाती ते संसदेत शिरले
इंग्लंडच्या राणीचे तेव्हा बंद कान उघडले
तो न्याय हवा जनतेला फक्त एवढी नीती
ही मातृभूमी आपली, चुंबून घेतली माती

तो दिवस बेरका ठरला देश किती हळहळला
काळ्या प्रसंगांने तेवीस मार्च अवघडला
हासून गळ्याशी केली त्यांनी फाशीची दोरी
शवसुद्धा परतले नाही का ऐसे गोरे अघोरी

जन्म पुन्हा जर आला होईल क्रांतिकारी
विश्वासू नजर तयांची वदे कहाणी सारी
तो जल्लादही तेव्हा का अश्रू ढाळून गेला
बलिदान दिवस तो ऐसा चिंगारी पेटवून गेला

पोटापुरते (फटका)

पोटापुरते ठेव उशाला उगाच संचय करू नको ।
कर्ज घेऊनी दुःखाचे रे हप्त्याने तू भरू नको ॥

किती वेदना जगात आहे लिहिण्यासाठी शाईने ।
सत्य मांड त्या कवितेतून रे फुटकळ ओळी रचू नको ॥

सत्याचा तो खडतर असतो प्रवास कायम जाणून घे ।
लाख संकटे आली तरीही मार्गामध्ये खचू नको ॥

लाचारीने लाळ घोटुनी पाय कुणाचे धरू नको ।
कष्टाने तू कमव भाकरी उगा रिकामा बसू नको ॥

सोडून गेले पूर्वज आहे काळी आई तुलाच ही ।
बाप जाद्याची जमीन वेड्या स्वार्थासाठी विकू नको ॥

नशिबाने जर आला पैसा हवा तेवढा तुझ्याकडे ।
कुण्या फाटक्या शेजाऱ्याला नाव ठेवुनी हसू नको ॥

दारावरती आला कोणी मदतीसाठी तुझ्याकडे ।
ताटामधली भाकर द्याया मागे पुढती पाहू नको ॥

संसाराची वाट लावते त्या मदिरेला पिऊ नको ।
अभिमानाने जगण्यासाठी सत्तेलाही भिऊ नको ॥

घरात आहे शांत विसावा,विरंगुळाही देहाचा ।
सभेत जाऊन भ्रष्टाचारी नेत्यांसाठी मरू नको ॥

नकोच स्पर्धा दुनियेशी त्या धुंद रहावे आपुल्यात ।
बरा एकटा मार्ग आपला उगाच गर्दीत शिरू नको ॥

जिवास जिवलग मित्र मोजके इथे असावे जगण्याला ।
कपटी स्वार्थी नात्याच्या तू जाळ्यामध्ये अडकु नको ॥

स्वच्छंदी तू जगता जगता भगवंताला विसरु नको ।
आशीर्वाद घे त्याचे इतुके हात कुणापुढे पसरु नको ॥

# थांबला तो संपला

नित्य येतो सूर्य गगनी या जगाला तारण्या
चांदणेही रोज येते या मनी झंकारण्या
गंध सारा धुंद वारा ना कधीही थांबला
ही जगाची रीत आहे थांबला तो संपला

मोह माया क्रोध सारा स्वार्थ आता सोड तू
ईश्वराचा गाव सारा या मनाशी जोड तू
मी पणाने आज येथे पाय ज्याचा बांधला
जीवनाची वाट साधी, थांबला तो संपला

या कळीचे फूल होते जागताना शर्वरी
रोज येतो चंद्र आता भेट घ्याया भूवरी
दान देताना सुखाचे हात ज्याचा कंपला
लांबला तो श्वास त्याचा थांबला तो संपला

 # शाल चांदण्यांची घेते (ओळ काव्य)

शाल चांदण्यांची घेते
शरदाची वेडी रात्र
स्पर्श तुझ्या मिठीतला
शहारते गात्र गात्र

कधी कधी डोळ्यात ती
शाल चांदण्याची घेते
चुंबुनिया भाळ माझे
मला दूर दूर नेते

शब्द अडकुनी ओठी
मौन बोलतच जाते
शाल चांदण्याची घेते
तुझे माझे दृढ नाते

पहाटेच्या गोड वेळी
नशा तारुण्याची येते
धुके बिलगुनी धरा
शाल चांदण्याची घेते

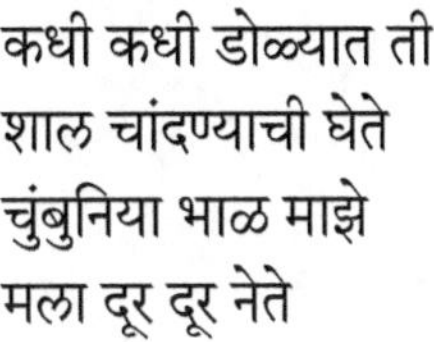

 ## चैत्र पालवी

शिशिर कोरडे कुशीत घेते
डोंगरमाथी चंचल खेडे
शुष्क निरागस खोड तरूचे
उन्हात जगते तळपत वेडे

डोकावुन मग बघते तेथे
चैत्र पालवी अडून थोडी
पानांमधुनी धावत जाती
चैतन्याची अबलख घोडी

पुन्हा जागते सृष्टी सारी
दूर लोटुनी शांत शर्वरी
पराग वाहत अवखळ वारा
डुलतो फिरतो मुक्त भूवरी

वसंत घेतो कमान हाती
स्वार होउनी तरू तनावर
सुरेख नक्षी, रंग खुबीने
भरून जातो मना मनावर

तुझा पाडवा क्षुल्लक आहे
किती मानवा घरा भोवती
गुढी उभारी देव खरा बघ
चरा चराला घेत सोबती

 ## अश्रूंचे दान नको

नको दान हे अश्रूंचे मज आयुष्याच्या सुखी पटावर
माझे हसणे अबोल आहे क्षितिजाच्या त्या रंग छटांवर

सत्य कोणते मिथ्य कोणते अश्रूंचा तो रंग सारखा
सृष्टीच्या या सुंदर गावी कुणा म्हणू मी कसा पारखा

अश्रू म्हणजे मोती आहे कवी कल्पना निव्वळ सारी
पुन्हा लिहाया नवी अक्षरे हसत करावी पाटी कोरी

अश्रू म्हणजे हार फुकाची योध्याला जी शोभत नाही
मनात ज्याच्या निराश डोंगर शांती त्याला लाभत नाही

नकोस दावू प्रेम तुझे ते डोळ्यांमधल्या पाण्यामध्ये
सारे आहे गोड म्हणावे आणि जगावे गाण्यामध्ये

 # गुलाबी

मला तो नको बंध आता गुलाबी
मला तो नको छंद आता गुलाबी

मनाला मनाने जरा पाहिले की
कशाला हवा रंग आता गुलाबी

जरा शोधले अन् कळाले मलाही
इथे रक्त माझेच आता गुलाबी

तिच्या आसवांनी भिजाया निघालो
कुठे राहिले प्रेम आता गुलाबी

किती द्वेष आहे रिकाम्या मनी त्या
तरी घालतो वस्त्र आता गुलाबी

 ## नाव तुझे

पांघरून घेत पुन्हा गारव्यात नाव तुझे
पाहतो मी रोज कसे चांदण्यात नाव तुझे

पंगतीत दबकतही का विचारी जात तुझी
शोधतात आजहि ते आपल्यात नाव तुझे

एकदाच फक्त तिने हाय दिली भेट अशी
लोक रोज आतुरले गोवण्यात नाव तुझे

या मुठीत घट्ट अशी ठेवशील रेत किती
सागरास हौस कुठे कोरण्यात नाव तुझे

ठेवतात लोक तुला वेगळेच नाव किती
ठेवतो तरीहि कसे पाळण्यात नाव तुझे

❋ भोग

नको त्या सुखाची बरी ओढ नाही
मनासारखा तो तुझा भोग नाही

जिथे श्वास आहे जराशी उधारी
व्यथा चोरणारा कुणी चोर नाही

तुझे दुःख ऐकून घ्यावे जनाने
तसे वागणे ते तुझे गोड नाही

जरा मांड तू दुःख त्या कागदावर
तुझ्या लेखणीला तशी तोड नाही

तुझे भोग हे उंबऱ्याशी तुझ्या बघ
तरी टाळण्याचा तुला मोह नाही

 # येत नाही

भावकीचा सोबत येत नाही मित्रा
तोच सख्खा सांत्वन देत नाही मित्रा

पीक कर्जासाठी भांडले ते चमचे
मालकीचे ज्यांच्या शेत नाही मित्रा

लोकशाही असते सांगती सारे पण
राबवावी त्यांचा बेत नाही मित्रा

दार उघडे कायम ठेव हृदयाचे तू
फार काही कोणी नेत नाही मित्रा

वाटतो मी दु:खे, बोलबाला झाला
दान आता कोणी घेत नाही मित्रा

भाग २

इर्शाद...

जरा जरासे प्रेम करावे

जरा जरासे प्रेम करावे,फार कशाला
कोमल हृदयी आत खोलवर वार कशाला

तिला पाहिजे स्वप्नामधला चंद्र उराशी
खोट्या खोट्या त्या स्वप्नांचा भार कशाला

शब्द पुरेसा असतो नाती तोडायाला
म्यानामधल्या तलवारीला धार कशाला

काळजातल्या कुपीत जर ती लपली आहे
तिला पाहण्या सताड उघडे दार कशाला

वार शत्रुचे छातीवरती झेलत जावे
विश्वासाचे आत घातकी यार कशाला

रुसवा फुगवा भांडण तंटा आणि अबोला
सारे नखरे झेलत होतो ठार कशाला

षडरिपु आता आयुष्याला पुरून उरले
उगा वाचतो गीतेचे ते सार कशाला

एकांत

पृथ्वीवरी सुखाचा तो प्रांत आज नाही
गर्दीत माणसांच्या एकांत आज नाही

केलाय खूप टाहो माझ्या उभ्या तनाने
पण आत अंतरीचा आकांत आज नाही

येथे झळा उन्हाच्या अन् रात्र गारठ्याची
मदमस्त एक संध्या का शांत आज नाही

येतो कलेकलेने रात्रीतुनी जरी तो
हृदयात पेटलेला निशिकांत आज नाही

टाळू कधी न शकलो त्या रोजच्या व्यथेला
बुद्धा तुझ्याप्रमाणे उत्क्रांत आज नाही

केलाय फार त्यांनी अभ्यास तारकांचा
आयुष्य सिद्ध व्हाया सिद्धांत आज नाही

गीता कुठे कुणाला सहजी इथे कळाली
गर्तेत वेदनेच्या वेदांत आज नाही

ना भूक भाकरीची ना काळजी उद्याची
सरणावरी मला बघ ती भ्रांत आज नाही

श्वासात बंद केला एकांत आज येथे
देहास त्यागल्याचा शोकांत आज नाही

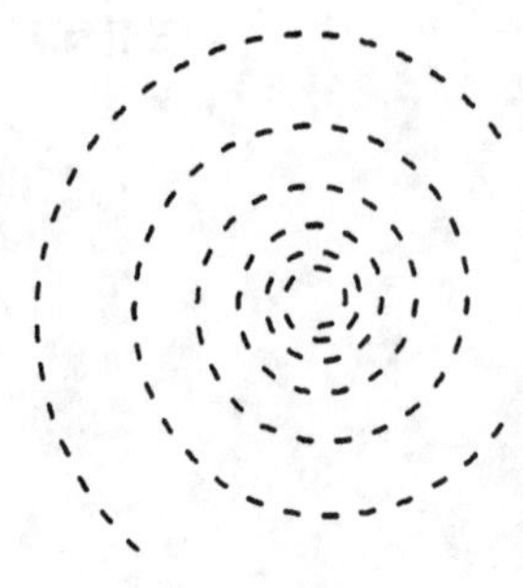

किती वाद आहे

मना लागलेली जुनी ब्याद आहे
विठू सावळ्याचा मला नाद आहे

कटीवर कराला नको आज ठेवू
गळाभेट व्हावी अशी साद आहे

तुला पत्थराचा म्हणू मी कसा रे
अभंगास माझ्या तुझी दाद आहे

इथे वाळवंटी युगे काढताना
जुनी पंढरी का तुला याद आहे

खरा भक्त रांगेत, नेते पुजेला
तुझ्या दर्शनाचा किती वाद आहे

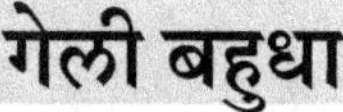 गेली बहुधा

माथ्यावरची आठी अलगद पुसून गेली बहुधा
कवितेमधली ओळ शहाणी सुचून गेली बहुधा

खिसा रिकामा केला त्याने चौकामध्ये सारा
डोळ्यांमध्ये भूक मुलांच्या दिसून गेली बहुधा

घरा भोवती तिच्या रोज तो मारत होता चकरा
जाता जाता वळून मागे हसून गेली बहुधा

लिपस्टिक लाली घेण्यासाठी घाई घाई केली
तारुण्याची लाट अचानक सुकून गेली बहुधा

कोरा कागद, ठसा, अंगठा वाड्यावरती गेला
पोर तयाची सासर गावी रडून गेली बहुधा

आकाशी तो सोडत होता पिंजऱ्यातले पक्षी
स्वातंत्र्याची त्याला किंमत कळून गेली बहुधा

बांधावरूनी वाद पेटला भावांमध्ये सख्ख्या
स्मशानात त्या राख पित्याची विझून गेली बहुधा

रस्त्यावरती माल फेकुनी ढसाढसा तो रडला
गळ्याभोवती दोर तयाला कसून गेली बहुधा

मित्रांमध्ये एवढ्यात तो सहसा दिसला नाही
गद्दारीची कट्यार काळिज चिरून गेली बहुधा

गोड तू

हापुसाची फोड तू
खूप राणी गोड तू

जिंकतो बघ हा ससा
झोप त्याची मोड तू

हे जुने आरोप का
लेखणीने खोड तू

मी तुला जपले असे
हात मी अन फोड तू

शांत व्हाया या मना
मीपणाला तोड तू

कर फुलांशी भावकी
नाद माझा सोड तू

ज्यास नाही नाव बघ
तेच नाते जोड तू

तुला जन्म प्यारा

किती व्यर्थ आहे तुझा येरझारा
अरे मानवा का तुला जन्म प्यारा

उगा गर्व वाहे रित्या जीवनाचा
जिथे चार खांदे तुझा रे सहारा

इथे खूप आहे जुने सांडलेले
नको आज मांडू तुझा तो पसारा

खरे राहतो का तुझा देव तेथे
जिथे मंदिरी भामट्यांचा पहारा

किती लक्ष योनी प्रवासा निघाला
कसा संचिताचा कळेना इशारा

मनाच्या तळाशी खरा मोद आहे
खऱ्या भावनांचा असे खेळ सारा

नको सत्य शोधू नको वेद वाचू
तुझ्या अंतरी हा वसे ब्रह्म सारा

हे चांदणे नभाचे

हे चांदणे नभाचे उतरून येत आहे
धुंदीत रात्र वेडी सजवून येत आहे

हे यौवनात सारे दिसले मला कवडसे
रानात रातराणी फुलवून येत आहे

थोडे लपून जा रे चंद्रा ढगात आता
माझी प्रिया जगाला चकवून येत आहे

गंधाळला कसा हा श्वासात मोगरा बघ
केसात अत्तराला लपवून येत आहे

डोळ्यात साठलेले ते चांदणे पहाया
आयुष्य एकतर्फी उधळून येत आहे

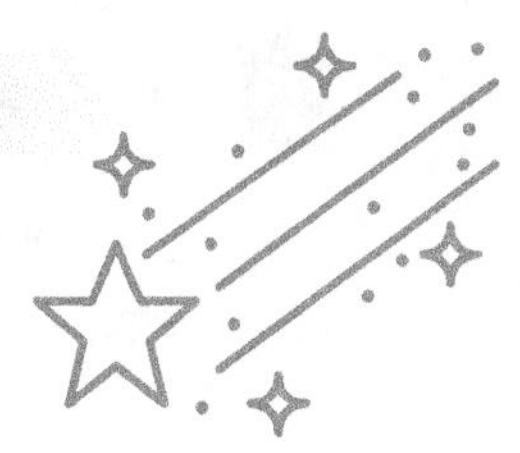

कार्यकर्ता

लाचारीची लांघुन सीमा त्यांच्या हो ला करतो हो रे
पापाचे ते घडे भराया भाषण त्यांचे तुझे दुजोरे

त्यांचा मुलगा त्यांचा नातू तुझ्या घराची तमा कुणाला
उधारीतली तुझी जिंदगी काय फुकाचे मिरवी तोरे

आंदोलन ते जरा चिघळता नेते सारे पसार होती
त्यांची सुटती कशी अडकती गुन्ह्यात साऱ्या तुझीच पोरे

उगा लालसा तुला पदाची, मिळता मिळता हुकते तेंव्हा
बोळवणीच्या झाडावरची तुला लागती आंबट बोरे

तिकिटासाठी व्हावे जेंव्हा तू मोती जड नाकी त्यांना
जुने अचानक कसे लागती तुझ्या गुन्ह्यांचे धागे दोरे

निवडत जाता नवीन नेता तूच हवा तो वर्षाकाठी
ठासून घे पण मनात आता उडदामाजी काळे गोरे

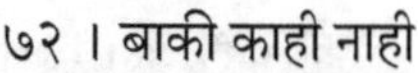

आरसा

तू जसा आहेस ते बघ दावतो हा आरसा
पाहण्याला तू कुठे डोकावतो हा आरसा

आठवावे तू जरा ते प्रेम वेडे काळचे
का तुझ्या आधीच मित्रा लाजतो हा आरसा

फार झाले युद्ध आता या जगाशी माणसा
तू स्वतःला जिंक आधी सांगतो हा आरसा

जे तुला जमलेच नाही व्यक्त व्हाया नेहमी
नेमकी का तीच चौकट लांघतो हा आरसा

या वयाला झाकण्याचा व्यर्थ आहे यत्न रे
सत्य सारे मोकळ्याने मांडतो हा आरसा

खंत आता का हवी की मित्र नाही फारसे
दुःख सारे घेत पाठी बोलतो ना आरसा

आरशाच्या आत आहे एक दुनिया वेगळी
रंग सारे घेउनी बघ रंगतो हा आरसा

डोह

कधी जलावर कधी मनावर ठसे ठेवुनी जाते वारे
मी डोहाच्या बसुन किनारी मोजत जातो तरंग सारे

रित्या मनाचा थांग अताशा कुठे लागतो सहजा सहजी
दोष म्हणावा नशिबाचा की मला कळेना तिचे इशारे

एक अवस्था समान आहे त्या डोळ्यांची अन् डोहाची
हासत हासत भिजवत जाती ते पाण्याने रोज किनारे

झोकुन देतो लाटेवर त्या कधी स्वतःला बुडण्यासाठी
आठवणी का बनून काठी फिरुनी येती देत सहारे

रात्र असावी ढगाळ येथे नकोच कुठला चंद्र चांदवा
फार बोचले आहे पूर्वी शरदामधले मधाळ तारे

बाकी काही नाही

गडबड केली या ग्रहणाने बाकी काही नाही
सूर्य लपवला बघ चंद्राने बाकी काही नाही

रंग बदलला सर्पाचा पण दात विषारी आहे
कात टाकली असेल त्याने बाकी काही नाही

सगे सोयरे लोक आपले समजू नकोस भोळे
गळा कापतिल ते केसाने बाकी काही नाही

झळा उन्हाच्या खूप सोसल्या शेतकऱ्याने बहुधा
गहिवरला तो वर्षावाने बाकी काही नाही

पावसातली भेट तुझी अन् आयुष्याची होळी
विसरत नाही दुर्दैवाने बाकी काही नाही

कायम होते त्याची बदली तरी सुधारत नाही
वागत जातो तो नियमाने बाकी काही नाही

दुःख तुझे जर पडले उघडे आठवते बघ आई
झाकुन घेते ती पदराने बाकी काही नाही

मंदिरात तो जाउ लागला नास्तिक असतानाही
दिला इशारा जरा यमाने बाकी काही नाही

आयुष्याला आज गुलाबी रंग कशाने आला
नाळ जोडली साहित्याने बाकी काही नाही

छान असते

छान असते सूत्र साधे पाळले तर
बोलताना शब्द जहरी टाळले तर

का गुलाबी रंग दिसतो त्या वहीचा
शेवटाचे पान जर का चाळले तर

फार मोठे शल्य नाही या जगी बघ
जीवनाला चांदण्यांनी माळले तर

ने फुलांना आज वेड्या तू विकाया
मोल नाही रोपटे हे वाळले तर

मोगऱ्याचा हा तिढा सुटणार बहुधा
प्रेत माझे चंदनावर जाळले तर

क्षितिजाचा उंबरठा

नभास कापत खग जातो पण फांदीवरती बसतो ना
पुढे धावत्या क्षितिजाचा तो उंबरठा तुज कळतो ना

धावतोस का पैशासाठी अरे माणसा उगाच तू
तुझ्या घरीही मायेचा तो घास सुखाचा असतो ना

उमजत नाही ओळीमधला रित्या मनाचा गाभारा
शब्दाखेरिज कवितेमध्ये अर्थ वेगळा दडतो ना

दूर मंदिरी शोधतोस का उगाच आता तू त्याला
मनात एका खोल तळाशी देव तुझाही वसतो ना

जीवन म्हणजे बंधन आहे सांगत जातो साऱ्यांना
जन्म पुन्हा तो तरी मिळावा अशी कामना करतो ना

जरी नभाचे शीत चांदणे आले नाही भेटाया
बघ डोहाच्या पाण्यामधुनी चंद्र लाजरा हसतो ना

पळता पळता ऊर फुटावा अशी अवस्था येताना
पुरे जाहला प्रवास खडतर कधी स्वतःला म्हणतो ना

अध्यात्माच्या चालत वाटा हवा कशाला मोक्ष तुला
आईच्या त्या पदराखाली शांत विसावा मिळतो ना

गगनातल्या ढगांनी

गगनातल्या ढगांनी मज अर्घ्य आज द्यावे
त्या चिंब पावसाने प्रेमळ मिठीत घ्यावे

पाहून फार झाले ते कोरडे हिवाळे
उबदार स्पर्श आता गात्रासवेचि व्हावे

त्या हासऱ्या फुलांना पाहून वाटले की
होऊन पाखरू मी त्यांच्यासवे जगावे

संधी कुठे कुणाला चालून येत असते
रोखून भावनांना मी मुक्त बागडावे

सांगून रोज जातो ओला खट्याळ वारा
पाऊस येत आहे न्हाऊन आज घ्यावे

श्वास माझा राम आहे

श्वास माझा राम आहे
ध्यास माझा राम आहे

देह आहे तो सुगंधी
अंतरी ज्या राम आहे

पाहिले हे निरखून जर
रावणातहि राम आहे

जाळ तू ते मिथ्य सारे
सत्य येथे राम आहे

वेद आहे वेड जेथे
सार सारे राम आहे

मंत्र आहे हा सुखाचा
तारणारा राम आहे

घे मुखी तू नाम आता
मोद म्हणजे राम आहे

श्वास माझा राम आहे

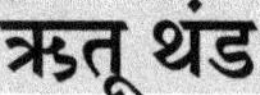

ऋतू थंड

ऋतू थंड होता तुझ्या त्या बटांना लपेटून घे
तुझा मी दिवाना अशी एक खातरी मिठीतून घे

गुलाबी हवा अन् तुझा गंध आहे पुरेसा इथे
मला एकट्याला तुझ्या स्थिर नेत्री स्विकारून घे

तुला द्यायचा तर खरा चंद्र दे मज नको चांदणे
तनाची तनाशी अशी भेट आता थरारून घे

तुझा रेशमी स्पर्श असतो जणू काजव्यांचा दिवा
प्रकाशात थोड्या मलाही नव्याने खळाळून घे

इथे शुष्क वाटा कधी वाटल्या तर नको आसवे
भिजाया हवे तर उगा थेंब काही ढगातून घे

आला वसंत आहे

लेवून पालवीला आला वसंत आहे
साऱ्या ऋतूंमधे तो मजला पसंत आहे

जांभूळ, गोड आंबा झाडावरी लटकला
तोडावयास येथे भलती उसंत आहे

चाफा तसा बहावा बहरून फार आला
दारात एक जाई ती शोभिवंत आहे

पाने गळून जाता बोलून वृक्ष गेला
गात्रास सोडल्याची हृदयास खंत आहे

होळी विझून गेली रात्रीतुनी जरी ती
राखेत एक धगधग अजुनी जिवंत आहे

साठा करून घेतो या कोवळ्या स्मृतींचा
दरवळ तशी मनाची झाली दिगंत आहे

सोडून हात जेंव्हा सहजी अशी निघाली
कळले मला न तेंव्हा गेला वसंत आहे

वळवळ बाकी

ओठ हासरे जरी ठेवतो डोळ्यामध्ये खळखळ बाकी
मनात एका खोल तळाशी ती गेल्याची हळहळ बाकी

तहात गेले सारे काही 'जीव वाचला' नसे थोडके
मृत्यू नंतर कुठे राहते रक्तामधली सळसळ बाकी

भव्य यशाचे वाटत पेढे गाव पालथे करून आलो
शेजाऱ्याच्या पोटामध्ये पुन्हा पाहिली मळमळ बाकी

आयुष्याचे चटके बिटके नकोस विसरू सहजा सहजी
खरी वेदना लिहायची तर ठेव अंतरी जळजळ बाकी

शेतामधल्या मालाला जर भाव मागतो चुकते कोठे?
झोपडीतल्या पिल्लांसाठी त्याची असते कळकळ बाकी

रोज दिसे मज अश्वत्थामा गर्दीमध्ये या लोकांच्या
दुःख फाटके डोक्यावरती अन् रक्ताची भळभळ बाकी

ब्रह्म कळाले आहे ज्याला तो शांतीने निघून गेला
अध्यात्माच्या शिबिरामध्ये फक्त राहिली वळवळ बाकी

वाटते आहे

असे काही चमत्कारिक घडावे वाटते आहे
जुन्या उर्मीप्रमाणे मज लढावे वाटते आहे

असावे फार जमलेले घराच्या भोवती शत्रू
जगाचे पर्यटन त्याला करावे वाटते आहे

कशाला ओळखी सांगू जुन्या गावातल्या माझ्या
पिकाला रास्त भावाने विकावे वाटते आहे

कसा केलास तू साधा सखे शृंगार जिवघेणा
पुन्हा प्रेमात अलगद मज पडावे वाटते आहे

नका हो लांबवू भाषण फुकाचे ऐनवेळी ते
इथे बघ ऐकणाऱ्याला उठावे वाटते आहे

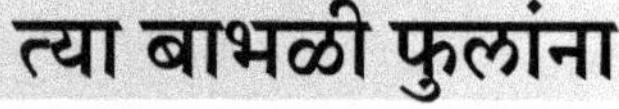 त्या बाभळी फुलांना

त्या बाभळी फुलांना जवळून पाहिले मी
काट्यात जीवनाला सजवून पाहिले मी

फुलण्यास पुष्प बागा त्या शुष्क वाळवंटी
एकेक दुःख माझे पेरून पाहिले मी

ना वाटले कधी ते अप्रूप अत्तराचे
अंगी ऋतू फुलांचे भिनवून पाहिले मी

लांबून फार गेले मदमस्त पावसाळे
मजला दवांत साध्या भिजवून पाहिले मी

अजुनी असेल का ती या काळजात माझ्या
टाके जुन्या मनाचे उसवून पाहिले मी

पाठीत वार करण्या आले सगे जरी ते
हलकेच ऐनवेळी पलटून पाहिले मी

तृष्णा मिटून गेली झालो चकोर जेंव्हा
चंद्रास सांजवेळी बिलगून पाहिले मी

चांदण्या डोळ्यात 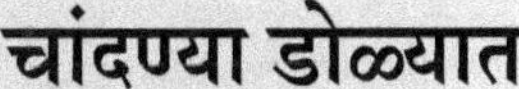

चांदण्या डोळ्यात साऱ्या साचवाया लागलो
ती बघाया लागली अन् मी जगाया लागलो

स्वैर झाली कुंतले अन् घट्ट झाली ती मिठी
गंध, गजरा, मोगरा मी पांघराया लागलो

ते गुलाबी ओठ हलके टेकले ओठावरी
हाय श्वासातुन तिच्या मी दरवळाया लागलो

पैंजणांनी बंद केले शांत रात्री त्या किती
नाद झाला एक ज्यातुन मी उराया लागलो

स्वप्न मोठे पाहण्याला दाट अंधारात त्या
या प्रकाशी काजव्यांना मी धराया लागलो

कोणता हा खेळ आहे, खेळतो का मी असा?
जिंकण्या ती, ऐनवेळी मी हराया लागलो

गुंतले ते पाश काही खोल हृदयी एवढे
पिंजऱ्याच्या पाखरासम फडफडाया लागलो

मला हवे तर

मला हवे तर टाळ एकदा
आठवणींना जाळ एकदा

असेल सुकला गजरा माझा
कल्पनेत तू माळ एकदा

आरशात मी दिसलो जर का
आरशावरी भाळ एकदा

गंध उधळतो अजून रस्ता
ये अन् बघ ती चाळ एकदा

पावसात का भिजली नाही
आठव तोही काळ एकदा

अशी न सरते वेळ गुलाबी
शब्द दिलेला पाळ एकदा

ते खरे प्रेम

ते खरे प्रेम आता कुठे
कालचे वेड आता कुठे

भावना मांडणारे तिच्या
धाडसी पत्र आता कुठे

उंच झाडावरी जांभळे
पण जुना नेम आता कुठे

लाजणारा तिला पाहुनी
हासरा चंद्र आता कुठे

जात नाही, खुळी कल्पना
मानवी जात आता कुठे

हजार गणिते

हजार गणिते आयुष्याची चुकली होती
नंतर मजला सुंदर कविता सुचली होती

स्टेशनवरती धावत गेला तिला भेटला
स्तब्धतेत मग निर्दय गाडी सुटली होती

चिंचा, बोरे, फळा, बाकडे, उदास खिडकी
आठवणींची मनात शाळा जपली होती

भरून गेली असे वाटले लोकांना पण
जखमेवर त्या भळभळणारी खपली होती

शेतकऱ्याचे थकले हसे जप्ती झाली
पळून गेले बँक जयांनी लुटली होती

अजून माझा आला नाही बहर सुखाचा
पडली ती तर फळे उन्हाने पिकली होती

वनात सीता, सभेत कृष्णा छळली गेली
तीच कहाणी पुन्हा नव्याने घडली होती

सिग्नलवर तो विकतो आहे बालपणाला
का सटवाई नशिबी त्याच्या निजली होती

सुखी चेहरा विदूषकाचा मंतला झाला
सल हृदयाची मक्त्यामध्ये लपली होती

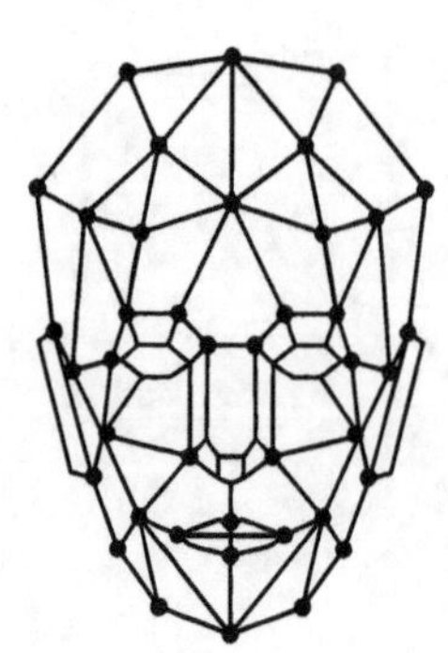

त्या कागदी फुलांच्या

त्या कागदी फुलांच्या रंगास भाळले मी
जाणून मिथ्य सारे, सत्यास टाळले मी

आली नभास तेंव्हा होती किती झळाळी
बेहोश चांदण्यांना हासून माळले मी

वेड्या मनाप्रमाणे घडले कधीच नाही
नसत्या उगा भ्रमाला ठरवून पाळले मी

गंधात मोद होता प्रत्येक पाकळीच्या
रानातल्या फुलांचे का वर्ण चाळले मी

संदेश खूप होते अतृप्त काळजाचे
पत्रात नेमके ते संवाद गाळले मी

ती वाट पाहताना आयुष्य पोळलेले
अनमोल नेक अश्रू कित्येक ढाळले मी

येवू नकोस आता स्वप्नात पेटवाया
देहास थंड माझ्या केंव्हाच जाळले मी

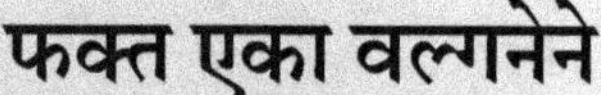

फक्त एका वल्गानेने

फक्त एका वल्गानेने बघ किती धास्तावले
शस्त्र खाली ठेवले अन् युद्ध त्यांनी टाळले

वार केले पाठिवर ज्या सोयऱ्यांनी आपल्या
सांत्वनाला लोक सारे तेच का बोलावले

लावले त्यांनी तुझ्या शिक्षणावर शुल्क अन
बालकांचे हक्क मुलभुत पेपरातुन छापले

मंदिराचे दार सजले स्वर्ण वर्खाने इथे
फार थोडे भक्त त्याचे आत मग डोकावले

हे तुला ठाऊक आहे वाट आहे वेगळी
लग्न त्याचे पाहताना नयन का पाणावले

जाऊ नकोस मेघा

डोकावुनी असे तू जाऊ नकोस मेघा
शेतातल्या पिकाला टाळू नकोस मेघा

ती भेटते म्हणाली मैत्रिण बनून आता
देहात आग भलती लावू नकोस मेघा

उघड्यावरी सुखाने संसार मांडला बघ
बरसून ऐनवेळी मोडू नकोस मेघा

दिसले अजून नाही दुनियेस डाग काही
चंद्रास सांजवेळी झाकू नकोस मेघा

छत्रीत होत आहे संवाद तो मुक्याने
इतक्यात पावसाला नेऊ नकोस मेघा

भावनांच्या वादळांना

भावनांच्या वादळांना भेट आता
थांबलेल्या स्पंदनांना खेट आता

फार झाला सागरी हा मार्ग खडतर
थांब छोटे पाहुनी तू बेट आता

यायचे आहे तिलाही सोबतीला
मागणी तू घाल वेड्या थेट आता

गुंतलेले पाश थोडे सैल व्हावे
जीवनाला एवढे तर रेट आता

बंगला गाडी तिला ना पाहिजे रे
प्रेम दे ना फक्त तू भरपेट आता

शरदामधले खरे चांदणे

शरदामधले खरे चांदणे अंगणात या ढळले नाही
तुझे नि माझे अबोल नाते कधी कुणाला कळले नाही

मैत्रीच्या त्या पल्याड आणिक प्रेमाच्याही अल्याड होते
गोड निरागस नात्याने त्या कधी कुणाला छळले नाही

सर प्रेमाची बरसत गेली भिजू लागलो चिंब तसा मी
पण नियतीच्या मनी वेगळे, नशीब ते फळफळले नाही

निरोप देउन नदीस आलो अनेकदा मी वाऱ्यासंगे
प्रवाहातले खळखळ पाणी घरात माझ्या वळले नाही

नाव द्यायचे राहुन गेले नात्याला त्या म्हणुन बहुधा
सरणावरती देह जळाला काळिज माझे जळले नाही

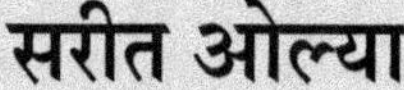# सरीत ओल्या

सरीत ओल्या भिजून येतो कधी कधी तो
जुन्या वयाला जगून येतो कधी कधी तो

कमाल आहे निवडणुकीची किती किती बघ
विकास थोडा दिसून येतो कधी कधी तो

पिकास नाही अजून त्याच्या कमाल किंमत
दलाल शासन बघून येतो कधी कधी तो

फकीर म्हणतो स्वतःस करतो विदेश दौरे
सुटाबुटातुन फिरून येतो कधी कधी तो

परिस्थितीशी लढून जातो कवी फिरंगी
गझल मनाची लिहून येतो कधी कधी तो

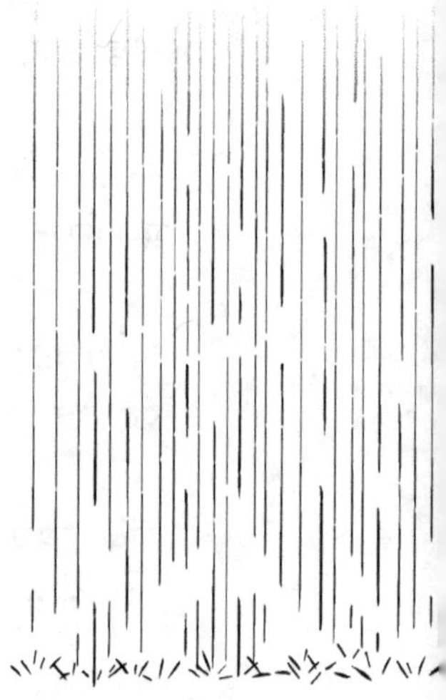

पावसात नाचऱ्या

पावसात नाचऱ्या मनासवे भिजायला
वाचतो गझल जुनी खरे खरे जगायला

मोजते कशास या नभात चांदण्या खुळे
रात्र स्वैर जाहली नसामध्ये भिनायला

शेत हीच पंढरी, बळी पुजेत राबतो
लागतो पिकात मग विठू हळू दिसायला

पाहते मला अशी बटात घेत मोगरा
गुंततो तुझ्यात मी जरा जरा उरायला

थांबवू नकोस तू फुलायचे डुलायचे
लोक लागले जरी पुन्हा पुन्हा छळायला

नको ओळखू

गावात मला नको ओळखू
लग्नात मला नको ओळखू

माणुस आहे ओळख माझी
धर्मात मला नको ओळखू

फार टोमणे ऐकशील तू
नात्यात मला नको ओळखू

साक्ष द्यायला आणलेच तर
कोर्टात मला नको ओळखू

वाच गझल ती पूर्ण जराशी
मतल्यात मला नको ओळखू

करार आहे

प्रेमात आज केला लेखी करार आहे
थोडाच रोख सौदा बाकी उधार आहे

जातात रोज अश्रू गगनात मेघ व्हाया
एकेक थेंब येथे डोळ्यास भार आहे

कळले कधी तुला जर माझेच प्रेम आता
साध्याच माणसाचा साधा सुधार आहे

एका क्षणी मला ती होकार देत होती
आताच नेमका का येतो नकार आहे

वेड्या मनाप्रमाणे जमते कुठे जगाया
आयुष्य पेलणे हा भलता प्रकार आहे

ते चांदणे तसेही आता नकोच वाटे
आधार काजव्यांचा होतो चिकार आहे

आता नकोस धावू भरधाव पावलांनी
माझ्या जुन्या घराला बंदिस्त दार आहे

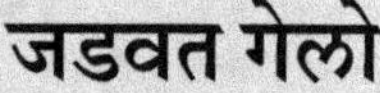

जडवत गेलो

काट्यालाही फुलाप्रमाणे सजवत गेलो
मी दुःखाला मुकुटावरती जडवत गेलो

पहिले वहिले प्रेम बीम हे नसते काही
त्या रडणाऱ्या प्रत्येकाला पटवत गेलो

जमीन जुमला नातीगोती सोडुन सारे
शांतीसाठी किती स्वतःला लढवत गेलो

शरदाचा तो ऋतु गुलाबी काय पाहिला
मी शब्दांच्या रोज चांदण्या बनवत गेलो

केली मैत्री खऱ्याखुऱ्या त्या देवाशी बघ
मंदिरातल्या मूर्तीला मी फसवत गेलो

वाट लागली आयुष्याची म्हणून बहुधा
अध्यात्माच्या वाटा साऱ्या तुडवत गेलो

खिसा पाहुनी जिने टाळले होते पूर्वी
तिच्या घरी मी रोज खुशाली कळवत गेलो

दुख: ते एकदा

दुख: ते एकदा फार कवटाळले
व्यर्थ गझलेत मग शब्द मी माळले

येत नाही सरी सारख्या सारख्या
अंगणी मी तरी मोर हे पाळले

वेळ पाळून घ्या काव्य संमेलने
लोक आहेत हे फार कंटाळले

वार केले जरी खूपदा शत्रुने
आपल्यांनी कसे शेवटी जाळले

फार केले गुन्हे सोबतीने तिच्या
भोगणे ऐनवेळी तिने टाळले

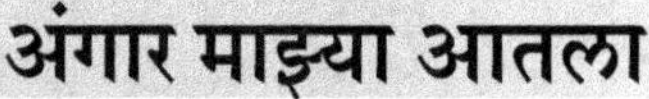

अंगार माझ्या आतला

अंगार माझ्या आतला काव्यातुनी फुलवायला
ती बोचणारी वेदना येते पुन्हा भेटायला

लग्नातला आहेरही सांभाळला आहे तिने
ती येत जाते नेहमी माझ्या घरी सांगायला

त्या पिंजऱ्याच्या आतही स्वातंत्र्य आहे वेगळे
ते सांगती आता उगा वेड्या तुला खिजवायला

मी लोकशाही पाहिली टिव्हीवरी ती एकदा
सत्तेतले ते धावले आंदोलने मोडायला

चंद्रास आहे डाग तरि म्हणतोस तिजला चंद्र तू
जमणार आहे का कधी ते सत्य तुज मांडायला ?

लाख तारे

लाख तारे बघू लागलो मी
सांडणारे भरू लागलो मी

तू नभाला दिला धूमकेतू
चंद्र बनुनी ढळू लागलो मी

सोडला मोह मी या जगाचा
बघ खरे हे जगू लागलो मी

एकदा पाहिले त्या थव्यांना
पंख नसता उडू लागलो मी

रक्त झरले जणू लेखणीतुन
या जगाला कळू लागलो मी

पुन्हा मी चाळतो आहे

किती आले किती गेले सविस्तर मांडतो आहे
हिशोबाच्या वह्या साऱ्या पुन्हा मी चाळतो आहे

तिच्या एकाच नजरेने किती घायाळ झालो मी
असे हे भोवताली मग तिच्या मी घोळतो आहे ?

गुलाबी प्रेमपत्राची कशाला वाटते भीती
तिथे उल्लेख नावाचा तरी मी टाळतो आहे

विखारी फार झाले ते जगाचे बोलणे आता
पुन्हा मी दान प्रेमाचे जगाला मागतो आहे

मनाच्या आतली दंगल कुणाला रोखता आली
तिच्या डोळ्यात स्वप्नांना पुन्हा मी गाडतो आहे

अनंत मी

जन्म नाही अंत नाही, मी अनादी अनंत मी
लेखणीने तळपणारा सूर्य ऐसा दिगंत मी

भेटले ते मित्र केले पाहिले ना भले बुरे
शेवटी मग होत गेलो जीवनाला पसंत मी

वार त्यांचे फार झाले जीवघेणे पुन्हा पुन्हा
शब्द वेड्या अमृताने राहिलो बघ जिवंत मी

पान गळता ग्रीष्म झालो, मेघ वर्षा, शिशिरही
उगवणारा त्या तरुवर पालवीचा वसंत मी

विठ्ठलाशी भेट होते पिकवताना शेत माझे
पंढरीला टाळणारा जाहलो स्वैर संत मी

सत्य थोडे दुःख थोडे प्रेमही मांडले असे
हाय अग्नी काळजाचा पेटलेला ज्वलंत मी

व्यर्थ आहे जिंदगीचा तोच फेरा कसे म्हणू
सर्जनाने रोज करतो बाग ही शोभिवंत मी

काव्य फुलण्या अंतरीचे जन्म घ्यावा पुन्हा पुन्हा
याजसाठी या स्मशानी घेत आहे उसंत मी

दिसतो कुणास विठ्ठल ?

वारीत चालणारा दिसतो कुणास विठ्ठल ?
भक्तीत रंगणारा दिसतो कुणास विठ्ठल ?

येतो ऋतू सुगीचा शेतात राबल्यावर
मातीत हासणारा दिसतो कुणास विठ्ठल ?

घरट्यात चार पक्षी जगतात बघ सुखाने
दिनरात राबणारा दिसतो कुणास विठ्ठल ?

अपघात एक झाला, गर्दी अफाट झाली
मदतीस धावणारा दिसतो कुणास विठ्ठल ?

साधी गझल लिहाया, साधे खयाल माझे
रदिफात रांगणारा दिसतो कुणास विठ्ठल ?

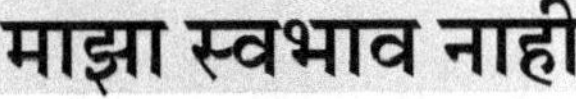

माझा स्वभाव नाही

रांगेत चालण्याचा मजला सराव नाही
शिस्तीत वागण्याचा माझा स्वभाव नाही

हा जन्म काढला बघ शेतात राबताना
मालास मात्र त्याच्या हलका उठाव नाही

वाड्यात सावकारी चाले पिढ्या पिढ्यांची
त्यांच्या कुटीपुढे बघ, यांचा निभाव नाही

कित्येक पाहिले मी मुर्दाड लोक येथे
माझ्या मनाप्रमाणे कुठलाच गाव नाही

एका पराभवाने हारु नकोस मित्रा
प्यादे पटावरी घे कुठला दबाव नाही

केला यमासवे मी सौदा कधीच सस्ता
पाहून घेतले की यादीत नाव नाही

ज्यांच्या घरात आता आरास काजव्यांची
सुर्यास ते म्हणाले 'किरणा'स वाव नाही

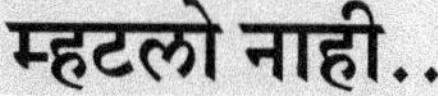

म्हटलो नाही..

चौकटीतल्या आयुष्याला काही म्हटलो नाही
आयुष्यावर प्रेम कराया नाही म्हटलो नाही

निंदक माझे उगा कावले माझ्यावरती तेंव्हा
लेखणीतल्या रक्ताला मी शाई म्हटलो नाही

जगलो होतो असा नेहमी दूतासम मी वेड्या
कधीच माझ्या जगण्याला मी शाही म्हटलो नाही

जिवासारखे मित्र भेटले इतुके आहे आता
भावाला या सख्ख्या सुद्धा भाई म्हटलो नाही

प्रतिमा होती तिचीच केवळ मनात माझ्या बहुधा
म्हणुन कदाचित प्रत्येकीला आई म्हटलो नाही

नेते

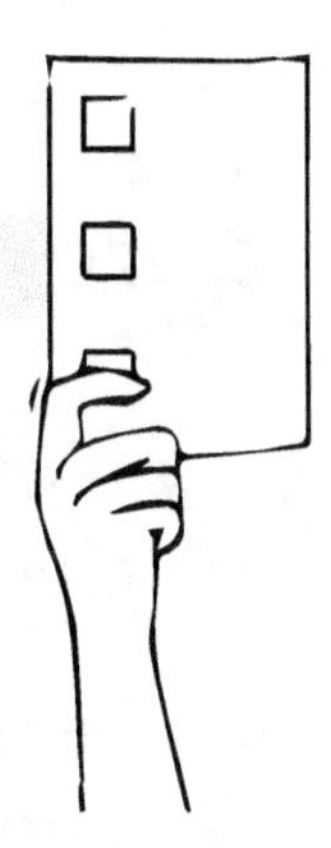

सत्तेत येत गेले एकेक भ्रष्ट नेते
सोडून सर्व गेले मोडून ट्रस्ट नेते

बसले उपोषणाला नुसतेच कार्यकर्ते
चर्चा करून मोठी गेलेत जस्ट नेते

येते कधी कधी ती धोक्यात लोकशाही
जेंव्हा विरोधकांचे होतात नष्ट नेते

दंगल घडून जाते उध्वस्त झोपड्यातुन
पडद्याअडून येथे दिसतात स्पष्ट नेते

झाल्या निवडणुका की बेरीज होत असते
सत्ता हपापण्याला करतात कष्ट नेते

एक घाव आणखी

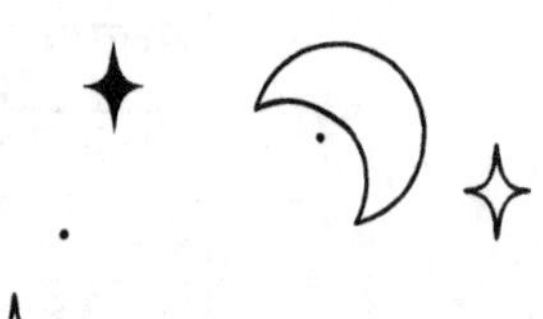

आत खोल खोल तो एक घाव आणखी
आणतो तरी सुखी रोज आव आणखी

शीत शीत चंद्र अन् शुभ्र शुभ्र चांदणे
हात लावण्या हवी एक धाव आणखी

लेक पत्र धाडता बाप काळजीत का ?
कोणता असे तिला तो तणाव आणखी ?

घेतली सभा कशी मोजक्या जनामधे
पाडला म्हणे कसा तो प्रभाव आणखी ?

हारणे नि जिंकणे आठवू नकोस तू
खेळ ना सख्या अता एक डाव आणखी

वाटले जनास त्या संपलो कधीच मी
ठेवला तसाच तो मी बनाव आणखी

एक जात धर्म तू आज ठेव ईश्वरा
रोज का हवे तुला एक नाव आणखी

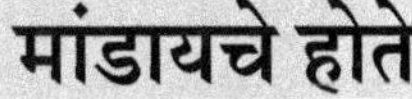

मांडायचे होते

जरा सांगायचे होते जरा मांडायचे होते
गुलाबी घोट प्रेमाचे मलाही प्यायचे होते

कधी पाऊस अवकाळी कधी दुष्काळ आला मग
बळीने शेत घामाने कसे पिकवायचे होते ?

कुठे उल्लेखही नाही तुझ्या माझ्या कहाणीचा
कुणाला नाव दोघांचे असे लपवायचे होते ?

कशाला जाहली चर्चा तुझ्या त्या प्रेमपत्राची
तिथे वाचून झाल्यावर तिने फाडायचे होते

मनाच्या आतली दंगल उगा बाहेर आल्यावर
कुणाला काय सांगू मी कसे वागायचे होते ?

मित्र असतो

सांगणारा मित्र असतो
बोलणारा मित्र असतो

सोबतीने दुःख रेटत
चालणारा मित्र असतो

दूर कोठे ती उदासी
सारणारा मित्र असतो

योग्य वेळी कान पिळुनी
झापणारा मित्र असतो

हो , तुझ्यासाठी जगाशी
भांडणारा मित्र असतो

सांगण्याआधीच सारे
जाणणारा मित्र असतो

हक्क त्याचा जन्मभर बघ
दावणारा मित्र असतो

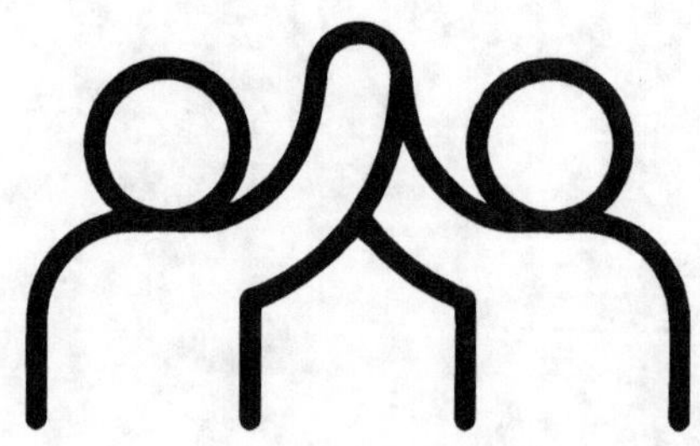

सांजवेळी

पुन्हा सांजवेळी इशारा नको
जुन्या आठवांचा सहारा नको

तुझा स्पर्श नाही जिथे रेशमी
तिथे गारव्याचा शहारा नको

तुला पूज्य आहे तुझा देव तो
मला आरतीचा नजारा नको

निळ्या सागराशी करू बोलणे
उगा कोरडा हा किनारा नको

जगू दे मलाही मनासारखे
तुझ्या जाणिवेचा पहारा नको

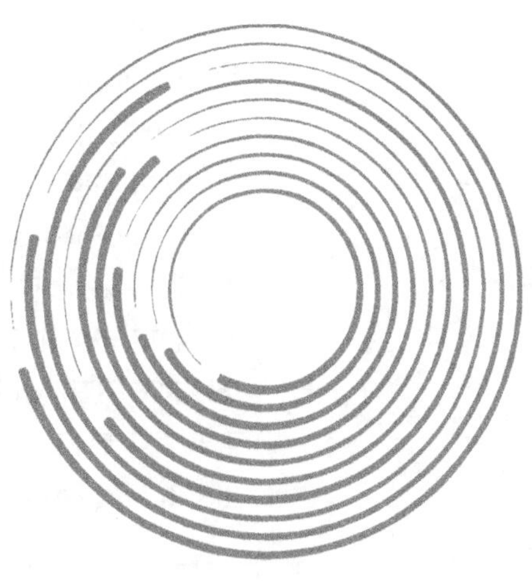

किरण ज्ञानदेव वेताळ

गाव :   पुणे

संपर्क :   ९०११०२०६२६

Email id : kirandvetal@yahoo.com,
             kirandvetal@gmail.com

शिक्षण : बीई सिव्हिल - शासकीय अभियांत्रिकी महाविद्यालय, पुणे
          (सीओईपी)

छंद :   सायकलिंग, पोहणे, भटकंती, ट्रेकिंग, वाचन, काव्य लेखन

आतापर्यंतचे साहित्यविषयक पुरस्कार व बक्षिसे :

१) राष्ट्रीय बंधुता साहित्य परिषद आयोजित काव्यस्पर्धा -
   प्रथम पारितोषिक (२००३)

२) अग्निहोत्र ट्रस्ट तळेगाव आयोजित काव्यस्पर्धा -
   प्रथम पारितोषिक (२००५)

३) रोटरी क्लब पुणे आयोजित हास्य कवी संमेलन -
   द्वितीय पारितोषिक (२००३)

४) हिंद परिवार नागपूर, सुरेश भट काव्यलेखन स्पर्धा -
   तृतीय पारितोषिक (२००४)

४) ८९ वे अखिल भारतीय मराठी साहित्य संमेलनात सहभाग
   (पिंपरी)(१५-१८ जानेवारी २०१६)

५) राष्ट्रीय पर्यावरण मित्र बहु उदेशीय संस्था यांचा उत्तेजनार्थ राष्ट्रीय
   काव्यरत्न पुरस्कार (२०२२)

६) कलाश्री प्रतिष्ठान, पुणे आयोजित काव्यस्पर्धा - उत्तेजनार्थ
   पारितोषिक (२०२१)

८) अखिल भारतीय मराठी साहित्य संमेलन २०२३ वर्धा येथे 'कवी कट्टा' आणि 'गझल कट्टा'वर सादरीकरण

९) प्रभावती साहित्य समूह व काकडे देशमुख शिक्षण संस्था, पुणे यांचेतर्फे 'गझल सम्राट' ही पदवी बहाल

१०) साहित्यसेवा प्रज्ञा मंच, कल्याण येथील नवव्या साहित्य संमेलनात सर्वोत्कृष्ट गझल सादरीकरण विजेतेपद

११) महाराष्ट्र साहित्य परिषद, येवला यांच्याकडून 'कांदे पोहे' या कथेस प्रथम पारितोषिक (२०२३)

१२) अखिल भारतीय गझल संमेलन, अंमळनेर येथे सादरीकरण (२०२४)

१३) शिवाबाबा वाघ प्रतिष्ठान आयोजित राज्यस्तरीय काव्यस्पर्धेत तृतीय क्रमांक (२०२४)

१४) मनस्पर्शी साहित्य समूह, कल्याण आयोजित काव्यलेखन स्पर्धेत सर्वोत्कृष्ट पुरस्कार (२०२४)

विविध साहित्य संमेलने, काव्यसंमेलने, गझल मुशायरामधून सक्रिय सहभाग; तसेच मायबोली व मिसळपाव या ऑनलाईन प्लॅटफॉर्मवरून विपुल लेखन

प्रकाशित पुस्तक : बासरी (काव्यसंग्रह)

www.ingramcontent.com/pod-product-compliance
Lightning Source LLC
Chambersburg PA
CBHW061239140726
47998CB00006B/2038